Never-Ending Nightmare

Draven Black

Ukiyoto Publishing

All global publishing rights are held by

Ukiyoto Publishing

Published in 2022

Content Copyright © Draven Black

ISBN 9789356451711

All rights reserved.

No part of this publication may be reproduced, transmitted, or stored in a retrieval system, in any form by any means, electronic, mechanical, photocopying, recording or otherwise, without the prior permission of the publisher.

The moral rights of the author have been asserted.

This is a work of fiction. Names, characters, businesses, places, events, locales, and incidents are either the products of the author's imagination or used in a fictitious manner. Any resemblance to actual persons, living or dead, or actual events is purely coincidental.

This book is sold subject to the condition that it shall not by way of trade or otherwise, be lent, resold, hired out or otherwise circulated, without the publisher's prior consent, in any form of binding or cover other than that in which it is published.

www.ukiyoto.com

Dedication

Para sa reader at kaibigan kong may matinding pinagdadaanan, Ivy Cielo Milan. I love you and thank you for being a good friend to me. Stay strong! Thank you again for all the support. Sana matulungan ka ng librong ito para mapasaya at mapangiti sa gitna ng iyong mga problema.

Acknowledgement

Una sa lahat, nais kong pasalamatan ang aking Panginoon na nagbigay ng kapangyarihan sa akin para mabuo ang librong ito na maglalatag ng kadiliman sa buong sanlibutan.

Lahat ng mga may galit sa akin, lahat ng mga nagkasala sa akin, dito ko ibinuhos ang aking nagbabagang galit. Galit na nagtulak sa akin para bumuo ng mga letra gamit ang pulang tinta na magdudulot ng matinding bangungot sa sinumang makabasa.

Nais ko ring mag-abot ng pasasalamat sa kaibigan kong ako lang ang tanging nakakakita. Hindi man siya nakikita ng iba, labis-labis pa rin ang ligayang idinulot niya sa akin. Siya ang naging karamay ko sa mga panahong binabalot ako ng matinding kalungkutan dulot ng pag-iisa. Siya rin ang nagturo sa akin kung paano lumikha ng madidilim na pangyayari gamit ang aking imahinasyon. Sa ngayon, hindi na siya nagpapakita sa akin. Ngunit kung nasaang sulok ng dimensyon man siya ngayon, hinding-hindi siya mawawala sa aking puso at alaala.

Pinasasalamatan ko rin ang mga nilalang na naninirahan sa aking isipan. Ang mga nilalang na nagturo sa akin kung paano gamitin ang panulat na hawak ko para makabuo ng iba't ibang uri ng lagim na nakatakdang maganap sa itinakdang panahon.

Sa librong ito, ibubuhos ko ang lahat ng malalagim, mararahas at madudugong pangyayari na tumatakbo sa aking isipan. Kaya kung sinuman ang may hawak ng librong ito ngayon, humanda ka sa bawat pahinang bangungot ang dala-dala!

Contents

Psycho's Web	1
Beauty Secret	10
Long Neck Stalker	18
Mona Lisa	31
Big Bad Mouth	44
Ghost Butterfly	57
The Black Dream	63
Hell Elevator	72
Bernida's Brain	78
Sinner Tree	86
Call of Nature	97
Family Dead	105
Curse After Curse	121
Stairway To Hell	129
Our Father Who Died in Heaven	136
The Loop	139
About the Author	*146*

Psycho's Web

Marami ang natakot sa lumabas na larawan sa internet. Makikita roon ang tila mukha ng Diyos na nabuo sa mga ulap. Mabilis na kumalat at nag-viral ang imaheng iyon. Iba-iba ang naging reaksyon dito ng mga tao.

Naniniwala ang iba na isa raw itong pagpapahiwatig ng Panginoon na masyado nang makasalanan ang mundo at kailangan nang magbalik-loob ng lahat sa liwanag.

May mga naniniwala rin na isa raw itong senyales ng nalalapit na pagbaba ng Panginoon sa lupa upang husgahan kung sinong mga tao ang makakaakyat sa langit.

Ang iba, sinasabing mukha raw talaga iyon ng demonyo na nagpapanggap lamang para linlangin ang sanlibutan at ilapit lalo ang tao sa kasalanan.

Pero may mga naniniwala ring maganda ang kahulugan nito. Sinasabi naman nilang may magandang balita raw na ihahatid ang Panginoon sa sinumang makakita nito.

Hindi nauubusan ng teorya, opinyon at paniniwala ang mga tao sa naturang imahe. Kumalat din ang salitang 'Amen' sa lahat ng comment section. Iyon ang dahilan kaya lalo pa itong kumakalat sa bawat araw na nagdadaan.

Tawa lang nang tawa sa isang silid si Axel John. Siya ang nag-edit ng larawang iyon na ikinalat niya noong nakaraan gamit ang mga dummy account niya.

Simula pa man ay mahilig na siyang magmanipula ng mga tao. Kaya nang matutunan niya ang gumamit ng Photoshop, sinamantala niya ang pagkakataon para maghatid ng iba't ibang kalokohan sa mundo.

Nasa digital age na ang panahon kung saan halos lahat ng bagay ay binubuhay na ng internet at teknolohiya. Marami na ring mga bagay na puwedeng manipulahin gamit lamang ang mga editing software sa paligid.

Sa pamamagitan ng internet, puwede nang gumawa ang kahit sino ng mukha ng diyos o demonyo at palabasing nagpakita ito sa isang lugar. Mapa-picture man o video, siguradong marami ang maniniwala rito.

Naging libangan na ni Axel John ang gumawa ng iba't ibang manipulated pictures sa internet. Laksa-laksang saya ang idinudulot sa kanya tuwing makakakita ng mga taong maniniwala rito at gagawan ng kung anu-anong istorya.

Ang dami na ngang problema ng mundo na nagiging dahilan ng hindi pagkakasundo ng marami, dumagdag pa siya. Dahil sa ginagawa niya, nahahati tuloy ang paniniwala ng mga tao.

Maraming keyboard warriors ang sumasabak sa digmaan sa comment section tuwing gagawa siya ng mga fake pictures na tungkol sa mga santo, anghel o alagad ng langit.

Nagsasanib-puwersa ang mga relihiyosong tao para ipaglaban na isang tunay na milagro iyon na likha ng Maykapal. Nagtutulungan din ang mga atheist o science expert para patunayang edited lamang ang litrato at wala itong ibang kahulugan.

Ang pag-aaway-away ng mga tao sa internet ay isang mala-comedy film para kay Axel na kahit paulit-ulit niyang tingnan at basahin ay hindi niya pagsasawaan. Mahilig pa man din siya sa comedy.

Para sa kanya, wala nang mas nakakatawa pa sa mga uto-utong tao sa internet na madaling napapaniwala ng mga ganoong uri ng larawan.

Isang gabi nga, muli siyang gumawa ng panibagong larawan sa harap ng kanyang desktop. In-edit niya ang imahe ng isang inosenteng sanggol at ginawang demonyo.

Nilagyan niya ito ng sungay sa magkabilang ulo, kinulubot ang balat, pinapangit ang mukha, at kung anu-ano pang gimik hanggang sa magmukhang alagad ng dilim ang bata.

Nang matapos ay ipinaskil din niya iyon agad sa mga social media account niya. Sinabi pa niya sa caption na isang rare condition ang dumapo sa batang iyon kaya ganoon ang naging hitsura, at kailangan nito ng maraming dasal para gumaling.

Kinabukasan din, kalat na naman sa online ang larawan ng sanggol. Dinagsa muli ito ng mga relihiyosong tao na tinadtad ng *Amen* at panalangin ang comment section.

May mga nagsasabi naman na hindi raw dapat nila inaalayan ng dasal ang sanggol na iyon dahil baka alagad ito ng demonyo, o nagsisilbing instrumento ng kadiliman para maghasik ng lagim sa mundo paglaki nito.

May mga naniniwala rin na baka lubos daw na makasalanan ang magulang ng batang iyon kaya ganoon na lang ang naging hitsura nito pagkasilang. Sa madaling salita, sa bata lumipat ang karma.

Halos magtalsikan ang laway ni Axel habang binabasa ang comment section. Ang lakas din talaga ng imahinasyon ng mga Pinoy. Sa lahat yata ng Asian countries, sila lang ang nabibilog ng ganitong uri ng manipulation.

Lahat ng makita sa internet na hindi normal sa paningin ay tatawagin agad na gawa ng demonyo o di kaya'y dadasalan ng kung anu-ano na para namang makakatulong talaga sa sitwasyon ng nasa larawan.

May tawag sa ganitong mga tao. Nagsisimula sa Letter B. Pero hindi na lamang sasabihin ni Axel dahil ayaw niyang makapanakit ng damdamin. He will just let the photos speaks for themselves.

Isang araw naisipang magpalamig ni Axel sa Mall. Habang naghihintay sa in-order na pagkain, inilabas niya ang laptop sa bag at naisipang mag-edit ng panibagong picture.

Sa pagkakataong iyon, inilapat naman niya ang mukha ng Diyos sa isang puno. Saka niya sinabi sa caption na malakas daw magmilagro ang naturang litrato ng puno. Sinumang mag-like, mag-share at mag-comment dito ay makakatanggap ng biyaya at makakapagpagaling din ng mga sakit.

Tatlong oras lang ang lumipas mula nang i-upload niya iyon, nasa kalahating milyon na agad ang nakuha nitong reactions. Dinumog na naman ng mga tao ang larawan sabay type ng 'Amen'.

Nagulat pa nga siya dahil may ilan pang nagpaskil sa comment section ng litrato ng mga kamag-anak nilang may sakit at doon na nagdasal sa larawang iyon.

Ang iba, may cancer. Ang iba, naputulan ng paa. Ang iba, may komplikasyon ang katawan. At ang iba, may kakaibang mga kondisyon na hindi pa natutuklasan ang lunas.

Hindi siya makapaniwalang ganoon na lamang katindi ang kapit ng mga ito sa pekeng imahe na iyon. Umaasa silang mapapagaling ng naturang imahe ang sakit ng mga tao sa larawan.

Sa halip na matawa, nakaramdam ng kaunting awa si Axel. Patunay lamang ito na sa dami ng mga mahihirap na tao sa bansa, inaasa na lamang nila sa himala ang lahat dahil walang pampagamot.

At ang pangunahing dahilan ng kahirapan ay ang hindi tuwid na pamumuno ng gobyerno. Mga bulok na sistema. Kung magpapatuloy pa ang ganitong uri ng pamamahala sa mga susunod na henerasyon, siguradong marami pang maghihirap.

At marami pang mga tao ang mapipilitang umasa na lang sa himala dahil sa labis na kawalan ng pag-asa. Nakakalungkot isipin pero iyon ang totoo.

Bahagya ring nakunsensiya si Axel. Sobra talaga siyang naaawa sa mga taong iyon na sa dasal na lang umaasa ng lunas dahil sa labis na kahirapan. Kung may magagawa lang sana siya para mabigyan talaga ng tulong ang mga ito.

Pero isa rin siya sa mga pabigat dito sa bansa. Na walang ibang ginawa kundi manloko ng tao sa pamamagitan ng skills niya sa Photoshop.

Hindi na lamang niya tinignan muli ang imaheng iyon para makaiwas sa mga taong kumukurot sa puso niya. Sa halip ay gumawa pa muli siya ng panibagong mga edited pictures kung saan mukha naman ng demonyo ang ginamit niya.

Nang ipaskil niya iyon sa internet, marami na naman ang naniwala at sinasabing bumababa na raw sa lupa ang mga kampon ng dilim para maghasik ng lagim.

Hindi na muna niya ginamit ang larawan ng Panginoon sa mga edit niya dahil ayaw na niyang makakita ng mga taong doon umaasa sa paggaling ng mga sakit nila.

Mas nakakatuwa pala kapag mukha ng Demonyo ang ginamit dahil mas matindi ang bakbakan ng mga relihiyosong tao laban sa mga eksperto sa siyensya.

May mga nagsasabing totoo ang mga demonyong iyon na bumaba sa lupa. May mga nagsasabi ring edited lang ito at hindi dapat binibigyan ng kung anu-anong kahulugan.

Wala nang ibang ginawa si Axel sa mga nagdaang araw kundi ang mag-edit nang mag-edit ng pictures para ikalat sa internet at lumikha ng ingay.

Minsan nga, pati ang mga inosenteng tao sa daan ay kinukuhanan niya ng litrato at tinatanggalan ng ulo sa Photoshop para takutin ang mga ito.

May makaluma kasing paniniwala kung saan nalalapit daw sa panganib o kamatayan ang isang tao kapag wala itong ulo sa litrato o sa repleksyon sa salamin.

Maraming natakot at nabahala sa mga larawang ikinakalat niya sa internet. Ang ibang mga tao, biglang nawalan ng ulo. Ang iba, biglang tumabingi mukha. Ang iba, naging pula ang mga mata. At ang iba naman, tila nagkaroon ng doppelganger.

Mas lalo pa ngang sumasakit ang tiyan niya sa tawa kapag nakita mismo ng taong pinicturan niya ang sarili nitong litrato na walang ulo o di kaya'y naging nakakatakot ang anyo.

Kung dati, puro mukha lang ng Diyos at Demonyo ang ginagamit niya para manloko ng tao. Ngayon naman, ang mga tao na mismo sa iba't ibang lugar ang ginawa niyang subject sa mga kalokohan niya.

Nagpupunta siya sa mga pampublikong lugar para kunan ng litrato ang maraming tao sa paligid. Saka niya iyon i-e-edit at gagawan ng kung anu-anong kababalaghan. Kapag nag-viral na ito sa internet, automatic na ring kakalat ang iba't ibang conspiracy theories tungkol doon na nilikha ng mga taong feeling paranormal expert sa social media.

Naging bisyo na ni Axel ang pagmamanipula ng mga larawan para maghatid ng takot at panlilinlang sa mga tao. Nagiging mundo na niya ito.

Halos mabaliw na siya sa kakatawa tuwing makikita ang reaksyon ng mga tao sa online kapag nakikita ang iba't ibang kalokohang likha ng malikot na imahinasyon niya. Kung may makakakita lang siguro sa kanya habang tumatawa, iisipin ng mga ito na sinasapian na siya ng demonyo.

Hanggang isang gabi, nakaligtaan nang isara ni Axel ang pinto ng maliit niyang apartment. Kagagaling lang niya sa labas matapos kumuha ng maraming litrato na i-e-edit niya sa desktop.

Abala na rin siya sa pag-e-edit ng mga oras na iyon nang biglang bumukas ang pinto ng kuwarto niya. Ganoon na lamang ang pagkasindak niya nang makita ang isang lalaking may hawak na baril.

Bago pa siya makagawa ng aksyon, tumagos na sa ulo niya ang balang kumawala sa bibig ng baril. Natalsikan ng dugo ang screen ng computer saka bumagsak sa sahig ang kanyang katawan. Naiwang dilat ang kanyang mga mata.

Nilapitan siya ng lalaki na punong-puno ng galit ang mga mata habang nakatitig sa bangkay niya. Lingid sa kanyang kaalaman, isa ang lalaking ito sa mga nauto niya sa litratong ginawa niya noon tungkol sa punong may mukha ng Diyos na nagbibigay ng biyaya at nagpapagaling ng sakit.

Isa ang lalaking ito sa mga nag-comment doon at ipinaskil ang litrato ng asawa nitong may malubhang karamdaman. Sa sobrang kawalan ng pag-asa, isinuko na ng lalaki ang buong paniniwala sa naturang imahe. Umaasa itong mapapagaling niyon ang karamdaman ng asawa.

Ngunit isang linggo makalipas niyon, tuluyang nang binawian ng buhay ang babae dulot ng mga komplikasyong nabuo sa katawan. Wala silang pampagamot para dito at wala ring nakukuhang tulong sa lokal na pamahalaan kaya hindi ito madala-dala sa ospital.

Ilang taon itong nakaratay sa higaan at ang tanging gamot na pinapainom dito ay mga dasal at mapagmilagrong mga larawan sa internet.

Dahil sa pagkamatay ng asawa, tuluyang sumabog sa galit ang utak ng lalaki. Lahat ng mabibigat na emosyong naipon sa dibdib nito ay umakyat sa ulo at tuluyang sinira ang katinuan nito.

May karanasan sa hacking ang lalaki kaya nagawa nitong tuntunin ang lugar ng taong nasa likod ng lahat ng mga pekeng litratong ito.

Ngayong napatay na nito ang tunay na salarin, umaasa itong mahihinto na ang mga panlilinlang na nagaganap sa internet.

Ibinalot nito sa itim na sako ang katawan ni Axel at itinapon sa malayong lugar kung saan malabong may makakita pa rito.

Ngunit makalipas ang isang buwan, muling may kumalat na mga litrato sa online. Litrato ito mismo ni Axel John. Naging demonyo ang hitsura nito sa lahat ng mga larawan.

May caption pang nakalagay na kapag nilaktawan nila ang litratong iyon ay laksa-laksang kamalasan ang darating sa mga buhay nila. Para makaiwas sa malas, kailangan nilang i-like, i-share at sambahin ang larawang iyon.

May mga tao na namang nauto at naniwala kaya nag-type ng "Amen" at "Have mercy on us" sa comment section. Iyon daw ang magic words na kailangang sabihin sa larawang iyon para hindi ito magbigay ng kamalasan.

Ang iba namang binalewala ang larawan ay dinapuan nga ng malagim na kamalasan makalipas ang ilang mga araw. Ang iba sa kanila, naaksidente at lasog-lasog ang katawan. Ang iba, bigla na lang inatake sa puso at namatay. At ang iba, kataka-takang sinapian ng kung anong elemento saka kinitil ang sariling buhay sa harap ng maraming tao.

Habang nagaganap sa iba't ibang panig ng lugar ang kababalaghang iyon, makikita namang umaandar mag-isa ang computer ni Axel sa silid nito.

Kusang gumagalaw ang mouse at keyboard! Patuloy na nag-eedit ng mga larawan sa Photoshop. Ginagawang mala-demonyo ang mga litrato ni Axel at awtomatiko iyong lalabas sa internet na para bang may isang hindi nakikitang nilalang ang kumokontrol dito!

Wakas

Beauty Secret

Pulang-pula ang mga labi ni Lilith sa harap ng salamin habang suot ang formal red gown na binili niya kahapon sa mall. Iyon ang isusuot niya para sa date nila bukas ng boyfriend na si Norman. Kinulot din niya ang buhok hanggang sa maging kahawig iyon ng mga hairstyle noong 1950's.

Nagulat naman ang lalaki pagkapasok sa kuwarto. "Oh, bakit suot mo na 'yan, baby?"

Humarap ang babae rito at ibinida ang pulang awra. "Am I beautiful?" tanong nito sa naglalanding tinig.

"Kailan ka ba naging pangit, Lilith? You are the most beautiful woman on Earth! Mas maganda ka pa kay Mama Mary!" biro sa kanya ni Norman kahit totoo.

Maganda naman talaga si Lilith. She has that rare and unique look that every woman can dream of. Perpekto ang pagkakalilok sa kanyang mga mata, labi, ilong, tainga, pati hugis ng mukha. Siya pa lang yata ang kauna-unahang tao na maituturing perpekto pagdating sa pisikal na anyo.

Nilapitan niya ang lalaki at idinikit ang katawan sa dibdib nito. She started to seduce the man of his life. "I just want to look beautiful on our day, baby. Kaya ngayon pa lang, pinag-aaralan ko na kung paano ang magiging ayos ko bukas. I just want to look more beautiful and more perfect to you. We will make the world spin in our own hands tomorrow!"

Tinulak niya ang lalaki hanggang sa mapaupo ito sa antique gold king size-bed. Wala pa man silang ginagawa pero ang mga gintong kagamitan sa paligid ay nagsisimula nang yumanig. Parang excited sa kung anuman ang mangyayari.

Maraming nagbibiro kay Lilith na nagsasabing 'she was made, not born'. Para siyang isang uri ng teknolohiya na nilikha ng mga siyentipiko kaya ganoon na lamang kaganda at kaperpekto.

Ang bonus points pa rito, anak lang naman siya ng isang sikat na pintor noong 1980's na walang iba kundi si Christian Martin, na itinuturing na rin ngayon bilang isa sa pinakamahalagang tao sa larangan ng sining. Ang bahay nga nila ay punong-puno ng mga painting nito, maliban lang sa sariling kuwarto ni Lilith na pinalilibutan naman ng mga rosas at ginto.

Marami ngang naiinggit sa nobyo niyang si Norman dahil sa lahat ng lalaki sa mundo ay dito pa siya nahulog. Hindi naman mayaman ang lalaki. Hindi rin kaguwapuhan o malaki ang katawan. Bakit dito pa?

Simple lang naman ang sagot. Her heart, her voice. Walang kahit sino'ng puwedeng magdikta sa kanya kung sino ang dapat na mahalin niya.

Only her heart has the right to choose who is the perfect man for her. Kapag tumibok ang kanyang puso, wala na siyang magagawa kundi sundin ito, gaya ng sinasabi sa isang kanta.

Akmang maghuhubad na si Lilith nang pigilan siya ni Norman. "I think hindi ito ang tamang araw para gawin ito, baby. We have a date tomorrow, remember?"

Tila natauhan ang babae. "Oh! Dapat nga bukas na lang ito mangyari. But can we just practice a little bit? Para naman kahit papaano alam ko na ang gagawin ko bukas. Lalo na kapag nandoon na tayo sa Luxury hotel na tutuluyan natin!"

"Babe, practice is just for beginners. Trust me. Mas masarap ang gabi kapag hindi mo alam ang susunod na mangyayari. Mas masarap sa feeling if everything is unpredictable."

"I guess you're right!" matipid na tugon dito ni Lilith. Saka siya nagpaalam sa lalaki para lumabas ng silid. Magluluto na lang daw muna ito ng miryenda nila para sa hapong iyon.

Nagkaroon muli ng pagkakataon si Norman na mapag-isa sa silid ng babae. Para labanan ang pagkainip ay naisipan niyang mangalikot sa mga gamit nito.

Ang babae na mismo ang nagsabi na malaya raw siyang maglibot at gumalaw ng kahit anong gamit doon. Dahil oras na ikasal na sila, lahat ng nandoon ay pag-aari na rin niya.

Wala naman siyang balak pagnakawan ang nobya. Sadyang makati lang talaga ang kamay niya at hindi mapigilang mangulikot at maglaru-laro.

Hanggang sa mapansin niya ang isang tila guhit na palatandaan sa isang bahagi ng pader katabi ng malaking aparador. Dahil bihira lang siyang magawi roon ay hindi niya iyon napansin noon.

Sinubukan niya itong itulak. Laking gulat niya dahil nagbukas nga ito. May secret door pala roon. Binalot ng labis na pagkasabik ang kanyang anyo habang itinutulak ang pinto hanggang sa tuluyan itong magbukas.

Nagulat siya sa nakita roon. Isang lumang painting ang nakatago sa bandang dulo niyon. Painting ito ng isang napakagandang babae.

His eyes filled with astonishment; he can't stop looking at it until he realizes something...

Ewan ba niya kung nagkataon lang ba pero ang babaeng nasa painting ay kamukhang-kamukha ni Lilith. Sa painting na iyon, nakasuot ito ng lumang gown na pang 1950's din ang dating.

Sinubukan niyang kuhanin ang painting sa kinalalagyan nito. Pinagmasdan niya ito nang mabuti. Hanggang sa matagpuan niya ang isang nakaukit na sulat sa frame nito sa bandang likod.

Naka-indicate doon na pininta raw ito ng isang artist na nagngangalang Christian Martin. Nakalagay rin ang petsa kung kailan ito maaaring ginawa. 1982.

Larawan ng pagtataka si Norman. A ton of confusion has started to shake his mind. Hindi siya mahilig sa logic pero this time napilitan siyang mag-isip.

Kung 1982 pa ginawa ang painting na ito, bakit hanggang ngayon ganitong-ganito pa rin ang hitsura ni Lilith? Sa pagkakatanda niya, 1992 pinanganak ang babae. Imposibleng magkaroon na agad ito ng ganoong painting kung ten years ang layo ng kapanganakan nito sa pagkakabuo ng larawang iyon.

He knew something is wrong. Parang hindi siya mapapanatag kung hindi masasagot ang mga katanungan sa isipan. Napilitan siyang mag-imbestiga pa. Nangalikot pa siya sa iba't ibang sulok ng kuwarto.

Hanggang sa matagpuan niya ang isang lumang diary ng ama ni Lilith kung saan nabanggit din ang tungkol sa painting na iyon.

Ayon dito, isang work of fiction lang daw ang painting na iyon na nagmula sa malawak na imahinasyon ng pintor. Ibig sabihin, hindi totoong tao ang nasa painting. Likha lamang ito ng sining. Wala pang kahit sinong babae ang nabuhay sa mundo na may ganitong hitsura.

Maliban lang kay Lilith.

Bukod sa diary na iyon, natagpuan din niya sa kasuluk-sulukan ng aparador ng babae ang ilang mga dokumento tungkol sa pagpaparetoke nito.

Walang nabanggit sa kanya ang nobya na ilang beses itong dumaan sa plastic surgery noon para lang makopya ang mukha ng babae sa painting na iyon. Ibig sabihin, hindi naman pala iyon ang tunay nitong anyo.

Kung ganoon, ano ang totoong mukha ni Lilith noong hindi pa ito nagpaparetoke?

Naghanap pa muli siya. This time, nakakita naman siya ng mga lumang pictures sa isa pang aparador ng babae na nasa tabi naman ng king-size bed. Buti na lang may duplicate din siya ng susi roon kaya nabuksan niya ito.

Doon nakatago ang lahat ng mga lumang litrato ng babae noong hindi pa ito nagpaparetoke. Gulat na gulat si Norman. Halos masuka siya sa labis na kapangitan nito.

Ayaw niyang manlait ng tao pero he swears to God, ang pangit ng babaeng nasa litratong hawak niya ngayon. Hindi niya matanggap na ito pala ang dating hitsura ng babaeng minamahal niya ngayon.

Sa mga larawang iyon, makikita kung gaano kaganda ang katawan ng babae maliban sa mukha nito. Para itong hipon; maganda ang katawan pangit ang mukha.

"Y-you betrayed…me!" nasambit niya habang nakatitig sa litrato.

Niloko siya ng nobya tungkol sa nakaraan nito. Isang pekeng kagandahan lang ang ginamit nito sa kanya para mapaibig siya. Gumamit pa talaga ito ng isang kathang-isip na mukha para lang mapaluwa ang mga mata ng kalalakihan sa mundo.

Kahit tatay pa nito ang may-ari ng painting, hindi pa rin nito pag-aari ang mukha na iyon! At ang pinakaayaw niya sa lahat ng bagay ay ang sinungaling.

Nagulat siya nang marinig ang boses ni Lilith. "What are you doing?" Nasa likuran na pala niya ito.

Humarap dito si Norman at hindi na itinago ang nararamdamang galit at disappointment sa babae. "What is this, Lilith? Is this true? Hindi talaga sa 'yo ang mukha na 'yan?"

"What do you mean, babe?"

"Don't call me babe! Sagutin mo ang tanong ko. Hindi sa 'yo ang mukha na 'yan?" Saka niya binalandra sa mukha ng babae ang dati nitong mga litrato.

"S-so what kung hindi talaga ito ang face ko before? Gawa naman ito ng father kong painter. This is a work of fiction anyway! So kahit sino naman po puwede itong gamitin 'di ba?"

"Nagsinungaling ka sa akin! Pinaniwala mo ako sa maskara mong iyan! Ang ayaw ko sa lahat, 'yung taong sinungaling at hindi nagpapakatotoo sa sarili!" nanlalaki ang mga matang sigaw ni Norman.

"Wow!" Nagawa pang tumawa ng babae. "Ang lalim no'n, huh?"

Ibinato ni Norman ang mga litrato sa mukha ng babae. Saka siya nag-walkout na parang wala silang pinagsamahan sa loob ng dalawang taon. Hindi na niya nakita ang pagtalim ng mga titig nito.

Hanggang sa maramdaman na lang niya ang tila mabigat na bagay na pumukpok sa batok niya. Nagdilim ang kanyang diwa at hindi na namalayan ang pagtakbo ng oras.

TUWANG-TUWA si Lilith habang isinasalin sa isang palanggana ang sariwang dugo ni Norman. Ibinitin niya patiwarik ang lalaki sa kanyang silid at pinugutan ng ulo. Nang mapuno ng dugo ang palanggana, inilabas niya ang mga kagamitan sa pagpipinta.

Ilang araw siyang nagkulong sa kuwarto hanggang sa matapos ang panibagong obra. Iginuhit niya sa malaking canvas ang mukha ni Norman gamit ang sarili nitong dugo.

Hindi siya makapaniwala sa kinalabasan ng obra. Pati siya ay manghang-mangha sa sariling kakayahan. He still got it. May ibubuga pa rin siya sa pagpipinta.

Natuklasan man ni Norman na hindi niya tunay na pag-aari ang mukhang iyon, bigo naman itong matuklasan na hindi rin talaga Lilith ang pangalan niya. Lahat ng mga dokumentong naroroon ay fake gaya niya.

Sadyang ginawa niya ang mga ito para paikutin at paglaruan ang sinumang magtangkang imbestigahan ang nakaraan niya.

Ang tanging totoo lang sa kanya ay siya mismo si Christian Martin na sa kasalukuyang panahon ay nasa 64 years old na. Mula pagkabata ay itinago na niya sa lahat ang pagiging pusong babae niya.

Lumala iyon nang lumala habang lumalaki siya. Nang makarating sa tamang edad, doon niya inamin sa sarili na beki siya. He was born a man but she has the heart of a woman. At umabot sa puntong pinabago na rin niya ang sariling kasarian para magmukhang ganap na babae.

At ang obra niyang iyon noong 1982 na pinangalanan niyang Lilith ang ginamit din niyang mukha sa surgery para maging maganda ngayon.

Pero hindi rin sapat ang puro surgery lang. He needs to do something darker para mapanatili ang alindog ng kanyang katawan sa ganoon katagal na panahon.

That's when he decided to learn black magic. Nagsikap siyang makahanap ng mga lumang ritwal na makakatulong sa nais niyang mangyari sa kanyang sarili.

Hanggang sa matutunan niya sa mga lumang libro na ang dugo raw ng lalaking birhen ay maaaring makapagpabata sa isang tao.

Mula noon, lahat ng mga lalaking nakakatuklas sa kanyang lihim ay pinapatay niya at pinanghihilamos ang dugo ng mga ito sa kanyang mukha para manatili ang kanyang kagandahan.

Pagkatapos pagsawaan ng mata ang painting ni Norman, kinuha niya ang natirang dugo nito sa palanggana at ibinuhos sa mukha niya. Hindi na siya nanghinayang na magkalat ng dugo sa sariling silid.

Isang malutong na halakhak ang pinakawalan niya habang pinaliliguan ng dugo ang kanyang sarili. Dugo ng tao ang kanyang beauty secret. Isang sikretong malupet na pilit iniingatan ni Christian Martin a.k.a Lilith hanggang sa kanyang hukay.

Wakas

Long Neck Stalker

Pagkasagot ni Oliver sa tawag, mura agad niya ang narinig ng kausap. Napatingin tuloy sa kanya ang mga katabi sa loob ng LRT.

"Pare naman. Ang aga-aga mura agad ang pasalubong mo sa 'kin?" sabi ng nasa kabilang linya na si Edward.

"Paano, kagabi ka pa tawag nang tawag. Naiirita na 'ko sa kakulitan mo. Ano ba kasing kailangan mo? Sinabi ko nang ayaw ko nga magpaistorbo 'di ba? Gusto ko munang mapag-isa!"

"Kailangan mo kasing malaman ang tungkol dito. Si Princess, w-wala na siya. Patay na. Kagabi lang mga alas-siyete."

"Iyan! Iyan ang dahilan kaya ayokong sagutin ang tawag mo! Alam kong stress na naman ang dadalhin mo!"

"Pero pare, girlfriend mo 'yung namatay!"

"Ex-girlfriend!" madiing sagot ni Oliver.

"Okay! Pero kahit ganoon, nagmahalan pa rin naman kayo! Saka hindi mo pa ba gets? Ikaw ang dahilan kaya namatay siya. She committed suicide! Nag-iwan pa siya ng suicide note at doon niya sinabi lahat ng nangyari sa inyo. Galit na galit ngayon ang mga magulang niya. Pinapahanap ka sa mga pulis! Alam kong stress lang ang dadalhin nito sa 'yo pero kailangan mo 'tong malaman agad para makagawa tayo ng paraan kung paano ka mapoprotektahan! Pasalamat ka nga at tinutulungan pa kita kahit mali na ang ginagawa mo!"

Napabutong-hininga si Oliver, pilit na kinontrol ang sarili dahil sa dami ng tao sa paligid. "Okay... Okay... A-ano ba ang dapat kong gawin?"

"K-kaya mo pa ba'ng bumalik sa Japan? Ipagbo-book kita ng flight! Kailangan mong makalabas ng bansa bago ka pa nila mahanap!"

Naging malikot ang mga mata niya habang nag-iisip ng sasabihin. "Ah, eh... M-mukhang malabo na 'yan... Pinapahanap na nga nila ako 'di ba? Paano kung nasa wanted list na pala ako? Baka maharang pa ako sa airport. Mas malaking eskandalo 'yun!" hininaan niya ang boses upang hindi marinig ng mga katabi.

"Eh di magtago ka na lang! Sa mga liblib na probinsiya!"

"Saang probinsiya naman ako magtatago? Ang probinsiya lang naman namin ay Pampanga, na malapit din dito sa Manila. Saka alam na rin ng side nina Princess ang bahay namin sa Maynila. Hindi na rin ako ligtas doon!"

"Doon ka na lang magtago sa probinsiya namin sa Bohol. Ipapakilala kita sa pinsan ko roon. Sa kanya ka na lang muna pansamantala tumira. O-okay lang ba sa 'yo?"

"Okay lang 'yon! Basta may mapagtataguan ako."

"Kaso maliit lang ang bahay ng pinsan ko roon. Saka mahirap lang din ang buhay nila. B-baka hindi ka maging komportable."

"Wala na akong choice kundi magtiis! Saka may mga bangko naman siguro doon na puwedeng mag-withdraw, di ba? Ako na'ng bahala sa kanila. Basta may matirhan lang ako kung saan walang nakakakilala sa akin!"

"Sige, sige. Sasabihan ko siya agad. Sa ngayon, mas mabuti siguro kung umalis ka na muna d'yan sa bahay mo. Makitulog ka muna sa iba. Dito sa amin hindi puwede dahil may mga bisita ang parents ko na nakikitulog din dito. Bukas pa raw sila ng tanghali aalis, eh."

"Ako na'ng bahala. Marami akong puwedeng puntahan. Basta siguraduhin mo lang na walang makakaalam nito."

"Makakaasa ka. Pero pare, wala na kasi akong budget ngayon, eh. Baka naman puwede kang mag-send uli sa Gcash ko. Kahit pangkain ko lang for one week."

"Putang ina mo! Sinasabi ko na nga ba, eh! Lahat ng tulong mo may kapalit! Walang kuwentang kaibigan!" pinatay na ni Oliver ang tawag. Pero pagkatapos niyon, nagpadala rin naman agad siya ng pera gamit ang Gcash.

Kahit ganoon ito, naging mabait din naman ito sa kanya. Magkaibigan na sila mula pagkabata. Noon pa man ay pareho na silang laki sa hirap.

Nagkataon lang na mas nauna siyang umunlad. At dahil bestfriend's forever na ang estado nila sa isa't isa, nangako siyang tutulungan ang lalaki sa hirap at ginhawa.

Kinaumagahan din, nagkita sila Edward. Tinulungan siya nitong makabili ng ticket patungo sa Bohol. Nang umaga ring iyon ay nilisan na niya ang Maynila.

Buti na lang, walang nanghuli sa kanya sa airport na iyon. Marahil ay hindi pa nakakarating sa mga ito ang tungkol sa issue niya.

Inatake ng kunsensiya si Oliver dahil sa pagpapatiwakal ng ex-girlfriend na si Princess. Alam niyang siya ang dahilan kung bakit ginawa iyon ng babae.

Isang buwan na kasi silang may mga hindi pagkakaintindihan. Palagi na rin silang mag-aaway. Sa text man o sa personal, puro pagtatalo ang ginagawa nila.

Hindi kasi matanggap ng babae na sex lang ang habol niya rito. Pagkatapos may mangyari sa kanilang dalawa, nanlamig na siya rito at naghanap naman ng kaligayahan sa iba.

Kahit kailan ay walang sineryosong babae si Oliver. Lahat ng nakarelasyon niya ay hinihiwalayan din niya pagkatapos maikama. Ang modus kasi niya, liligawan niya ang sinumang babaeng matipuhan.

Pakikisamahan ito ng tatlo hanggang limang buwan. Kapag nakatalik na niya ito ng tatlo hanggang limang beses, doon na niya ito iiwanan para maghanap naman ng ibang babae.

Nang makaluwas na ng Bohol, sumakay siya ng transportation patungo sa address na binigay ni Edward patungo sa bahay ng pinsan nito. Pinaalam na rin ng lalaki na pupunta siya roon ngayon din.

Pagkasakay sa bus, umupo siya sa bandang dulo para walang makatabi. Ngunit makalipas lang ang ilang minuto, napuno agad ang bus at isang babae ang tumabi sa kanya.

Maputi ito at kahit nakasuot ng mahabang palda ay hindi halatang taga-probinsiya ito. Singkit din ang mga mata nito na parang iba ang lahi. Sa dami ng puwedeng upuan, doon pa talaga tumabi sa kanya.

Nang umandar na ang bus, napansin niyang tila dikit nang dikit ang babae sa kanya. Sinasadya pa nitong ihagod ang braso sa kanyang braso. Parang gusto na niyang isipin na minamanyak siya ng babae.

For the first time, nakaingkuwentro din siya na babae ang unang gumagawa ng move. Inobserbahan niya ang mga kilos nito. Hindi maikakailang nagpapapansin nga ito sa kanya.

Maganda rin naman ito. Pero hindi ganito ang tipong gusto niya sa babae. Flat chested kasi ito at payat din ang mga legs. Ang gusto niya sa isang babae ay malaman ang katawan, malaki ang dibdib, hugis coca-cola ang bewang at malakas ang dating.

Hinayaan na lamang niya itong manyakin siya. Ipinatong na lamang niya ang bag sa magkabilang hita para takpan ang pagbukol ng pantalon niya.

Tatlong oras ang lumipas bago siya nakarating sa address na sinasabi ng kaibigan. Pagkababa niya ng bus, sumakay naman siya ng motorsiklo patungo sa mismong bahay ng pinsan nito.

Nang makarating doon, inayos niya ang pananamit at kumatok sa pinto. Pinagbuksan din naman siya agad. Bumungad sa kanya ang isang binatilyong payat pero kasing tangkad niya.

Agad na siyang nagpakilala rito. "Ako nga pala si Oliver, best friend ako ng pinsan mong si Edward. Nabanggit na rin niya na dito ako makikitira pansamantala."

"Ah, ikaw na pala 'yun? Tara, Kuya. Pasok ka!"

Gumaan agad ang loob niya rito dahil mabait naman ang binatilyo. "Lumamig na pala itong ulam. Iinitin ko muna."

"Salamat," sagot niya at naupo sa isang silya na yari sa kawayan.

Nakakapanibago roon. Maliit nga lang talaga ang bahay. Ang mismong sala ay nagsisilbing kuwarto na rin. Tuwing gabi ay nilalatagan lang ito ng kutson para maging higaan. Sa bandang dulo naman nakalapag ang mga gamit na pangkusina.

Sa likod ng bahay naman nakapuwesto ang lutuan. Wala raw CR doon kaya nakikidumi lang sila sa kapitbahay.

"Pero puwede ka naman po maligo d'yan sa labas. May mga balde at gripo naman d'yan. Tuwing tatae tayo doon lang talaga tayo pupunta d'yan kina Aling Beth."

"Okay lang sa 'kin 'yon," matipid na sagot niya. Pritong tilapia lang ang ulam niya at ang kanin ay tira-tira pa. Hindi pa naman siya mahilig sa tutong na kanin.

Parang gusto na lang niyang bumili ng pagkain sa labas. Pero kinakailangan niyang makisama dahil nakakahiya rin naman sa binatilyo. Ang bait pa naman nito sa kanya.

"Mangingisda nga pala kami mamaya, Kuya. Baka gusto mong sumama. Tapos may dagat din pala rito kung saan puwede kang mag-swimming."

"Ah ganoon ba? Sige doon na lang ako sa swimming sasama," sabi agad niya. Isa ang pangingisda sa trabahong pinakaayaw niyang gawin. Nasanay kasi siya sa pang-opisinang trabaho lamang.

Pagkatapos niyang kumain ay ipinasyal siya ng binatilyo sa mga lugar doon. Kenneth ang pangalan nito. Napakabait nito at maamo kung magsalita.

Ito 'yung tipo ng mga tao na masarap i-bully sa school, gaya ng ginagawa niya noon sa mga nerd classmates niya noong nag-aaral pa siya.

Pero iba itong si Kenneth. Palakaibigan at marunong sumakay sa kahit anong topic na i-open niya. Masarap din pala itong kasama gaya ni Edward. Kaya naman hindi na niya pinakita ang baluktot na ugali rito.

Hinintay lang niyang sumapit ang gabi saka siya nagbalik sa dagat para mag-swimming. Mas nag-enjoy siyang maglakad-lakad sa dalampasigan nang ganoong oras dahil mas malakas ang hangin at mas payapa ang tubig.

Nagtampisaw na rin siya at binasa-basa ang pang-ibabaw na katawan. Doon siya nagpalamig ng ulo para mabawasan ang bigat na dinadala niya.

Kahit hindi na niya mahal si Princess, hindi pa rin niya maiwasang makunsensiya sa ginawa nitong pagpapakamatay dahil sa labis na pagmamahal sa kanya.

Sa unang pagkakataon ay may isang taong nagpakamatay dahil sa kanya. He felt guilty. Pakiramdam niya nakapatay na rin siya ng tao.

Nahinto siya sa pagmumuni-muni nang makarinig ng tila mabibigat na paghinga. Para bang may isang dambuhalang nasa paligid niya at nagbubuga ng malalim na paghinga.

Napalingon siya sa paligid. Wala siyang nakitang ibang tao roon maliban sa kanya. Pati sa dagat ay napalingon din siya. Inisip niyang baka may engkanto roon na nagmamasid sa kanya.

Kakaiba kasi ang narinig niyang pagbuga ng hininga kanina. Parang galing talaga iyon sa isang dambuhalang nilalang.

Biglang naulit ang kakaibang ingay. Sa pagkakataong iyon, mas malakas. Nagsimulang tumindig ang mga balahibo niya. Nang hindi na maging komportable ay naglakad na siya nang mabilis pauwi ng bahay.

Pagpasok sa loob, naabutan niyang naglalatag na ng kutson si Kenneth. "Kuya, pasensiya ka na ganito lang higaan natin. Ito nga pala 'yung maliit na electric fan nilinis ko na para malakas ang hangin. Tapos binuksan ko na lang din ang mga bintana para hindi mainit. Sana makatulog ka pa rin nang maayos dito."

Natuwa naman siya sa sinabi nito. Halatang maalaga talaga ito kahit sinong bisita ang ipasok doon. "Okay lang 'yan, boy. Wag kang mag-alala sa `kin. Malaking tulong na 'tong ginagawa mo."

Nagpalit lang siya ng shorts at nagpunas ng tuwalya sa katawan saka siya humiga sa puwesto. Medyo komportable rin naman pala roon dahil malamig. Bukod sa bukas ang bintana sa tabi niya, sa kanya rin nakatutok ang maliit na electric fan.

"Bukas nga pala ng madaling araw wala na ako rito. Maaga kasi kaming nangingisda para may pang-ulam din sa tanghali. Kung sakaling naiinip ka, puwede mo 'kong sundan sa labas. Naituro ko naman sa 'yo kanina kung saan kami nangingisda 'di ba?"

"Sige lang, boy, walang problema 'yon."

Natulog na ito agad dahil maaga pang magigising. Siya naman ay nagbabad na lang sa cellphone dahil hindi siya makatulog. Naninibago siya sa bagong environment doon. Lalo na sa napakasikip na bahay na ito.

Hanggang sa makatulugan na rin niya ang pagbababad sa cellphone. Hindi na niya napatay pa ang mobile data nito. Naiwan itong nakapatong sa dibdib niya.

Naalimpungatan lang siya nang makarinig ng tila mabibigat na paghinga ng isang dambuhalang nilalang. Napamulagat agad siya. Narinig niyang tila nagmumula iyon sa labas ng bintana.

Dahan-dahang siyang tumayo at sumilip doon. Ang tanging sumalubong lang sa kanya sa labas ay ang nakabubulag na kadiliman. Sa sobrang dilim, parang may bubulaga sa kanya roon anumang sandali.

Sinarado na lang niya ang bintana para mabawasan ang takot.

Paggising niya ng madaling araw ay wala na sa tabi niya si Kenneth. Inisip niyang baka umalis na ito para mangisda. Pagsilip niya sa bandang kusina, nakita niyang nakahanda na roon ang almusal niya.

Tinaggal niya ang takip. Isang piraso ng nilagang itlog at dilis ang inihanda nito sa kanya. Natuwa na naman siya sa binatilyong ito. Iniwanan pa talaga siya ng almusal bago umalis.

Habang kumakain nga, hindi na niya napigilang sabihin sa kaibigan ang tungkol doon. Proud na proud naman ang pagtawa ni Edward.

"Sabi ko sa 'yo mabait talaga 'yan! Masarap maging tropa 'yan, pare. Nasa lahi talaga namin ang mababait!" may pagmamalaking sabi pa ng lalaki sa kabilang linya.

"Suwerte ko talaga sa inyo!" asik niya. "Kumusta naman ang ganap d'yan? Ano na'ng balita dun kay Princess?"

"Ayun nakaburol pa rin daw. May mga pulis nang naghahanap sa 'yo rito. Desidido talaga silang ipakulong ka. Sinabi rin kasi ni Princess sa suicide note niya na pinagsamantalahan mo siya."

"Gago ba siya? Ginusto niya 'yon! Ginusto naming pareho 'yon! Ba't palalabasin niyang pinagsamantalahan ko siya? Kung puwede lang sana siyang buhayin para ako ang papatay sa kanya, eh! Gago siya!"

"Siraulo ka talaga. Patay na nga 'yung tao mumurahin mo pa. Makunsensiya ka naman kahit konti. Naging mabait din naman si Princess sa 'yo 'di ba? Kahit alam niyang hindi payag ang parents niya, pinagbigyan ka pa rin niya noong birthday mo. Kasi nga baliw na baliw sa 'yo!"

"Kasalanan niya 'yon! Masisisi ko ba ang sarili ko kung ganito ako kaguwapo? At lahat ng babaeng nilalapitan ko ay nahuhulog sa akin?"

"Aba ang yabang, ah… Pero seryoso. Medyo mainit ka na rito, Pare. Hindi ka na puwedeng umuwi rito. Ako nga patago na lang na nakikipag-usap sa 'yo, eh. Pati ako kinausap pa ng mga pulis dahil alam nilang lahat na mag-best friend tayo. Buti na lang napaniwala ko silang hindi ko alam kung saan ka nagtatago."

"Dapat lang dahil kapag inilaglag mo 'ko, hawak ko ang buhay ng pinsan mo rito."

"Uy, grabe ka naman!"

Napahinto lang si Oliver nang marinig muli ang tila malalim na paghinga. Napalingon siya sa pinto. Walang tao roon pero doon nanggagaling ang kakaibang ingay.

Saglit siyang nagpaalam sa kaibigan at nilapitan ang pinto. Bigla ring nawala ang ingay. Tila ayaw magpakita sa kanya.

Habang naliligo naman sa harap ng bahay nang umagang iyon, muli niyang narinig ang tila nilalang na malalim ang pagbuga ng hininga. Napalingon siya sa isang matangkad na puno sa tabi ng bahay.

Nagtaka na siya. Hindi na ito guni-guni lamang. Alam niyang may hindi na tama sa paligid. Iginala niya ang paningin ngunit wala siyang nakitang kahit ano roon na puwedeng pagmulan ng kakaibang tinig.

Sa loob ng ilang araw na pananatili niya roon, pakiramdam niya'y hindi siya nag-iisa. Para bang may laging nakatingin o nakabantay sa kanya sa paligid na hindi niya nakikita. At tuwing maririnig niya ang malalim na paghinga nito, ginagapangan siya ng matinding kilabot. Lahat ng balahibo sa katawan niya ay tumatayo.

Hanggang isang gabi, naiwan muli siyang mag-isa sa bahay. Tinawag kasi si Kenneth sa palengke ng mga katrabaho nito. At dahil tinatamad na siyang lumabas, nilakasan na lamang niya ang volume ng pinapatugtog na music sa cellphone para hindi kapitan ng takot.

Nang mga oras na iyon, naisipan ni Oliver na buksan ang gallery. Pinagbubura niya ang lahat ng pictures nila ni Princess. In-unfriend na rin niya ang account nito. Lahat ng bagay na puwedeng mag-ugnay sa kanilang dalawa ay inalis na niya sa cellphone.

Muling lumabas ang kakaibang ingay. Napaangat ang ulo niya sa bintana. Ganoon na lamang ang pagkasindak niya nang masilayan ang isang ulo na may mahabang leeg. Lumulutang ito habang patuloy na humahaba ang leeg.

Buhaghag ang buhok ng babae, itim ang mga mata, puting-puti ang mukha, nakalitaw ang matatalim na pangil at nagpapakawala ng malalim na paghinga. Dito pala nagmumula ang kakaibang ingay na ilang araw nang umaaligid sa kanya.

Napatakbo siya palabas. Balak niyang pumunta sa palengke kung nasaan ngayon si Kenneth. Ngunit laking gulat niya nang makitang nakasunod na sa likuran ang ulo. Mabilis na humahaba ang leeg nito at nahahabol agad siya.

Pumaiba siya ng direksyon. Sinubukan niyang hagilapin kung saan ito nagmumula. Nakita niya ang katawan ng isang babae sa di kalayuan. Naka-indian seat lang ito sa lupa at dito nagmumula ang ulo. Ipinagpatuloy muli niya ang pagtakbo habang umuusal ng dasal sa kanyang sarili.

Pamilyar na siya sa nilalang na ito. May nabasa na siyang ganito sa online. Kung hindi siya nagkakamali, ang tawag sa nilalang na ito ay Rokurokubi. Isang Japanese urban legend tungkol sa isang babaeng humahaba ang leeg sa gabi.

Ang ipinagtataka lang niya ay kung paano ito napadpad dito sa Pilipinas at kung ano ang pakay nito sa kanya. Ang alam lang niya, ito ang nilalang na umaaligid sa kanya mula nang dumayo siya rito.

Nagsimula na siyang magsisigaw nang lumakas sa pandinig niya ang malalim na paghinga nito. Nanghingi na siya ng saklolo. Halos mapatid ang kanyang hininga sa bilis ng pagtakbo niya. Lalo siyang nanghilakbot nang makita kung paano humaba at bumuhol-buhol ang leeg ng nilalang habang patuloy siyang hinahabol.

Bago pa man siya makarating sa palengke, pumulupot na ang leeg ng babae sa mga binti niya. Wala na siyang nagawa nang hilahin siya nito patungo sa isang damuhan.

Doon ay lumingkis pa ito sa buong katawan niya saka humarap ang ulo nito at dumikit sa mukha niya. Humaba ang dila ng nilalang at dinilaan ang magkabilang pisngi niya. Ilang sandali pa, nilingkis na rin ng leeg nito ang ulo niya hanggang sa wala na siyang makita.

Hindi na siya makahinga. Balot na balot na ng leeg nito ang buong katawan niya. Para siyang nilingkis ng isang matabang sawa.

Nang magkamalay si Oliver, natagpuan niya ang sarili na nakasabit sa puno habang nakapulupot pa rin sa katawan niya ang leeg ng nilalang. Pinakiramdaman niya ang sarili kung may natitira pa siyang lakas. Saka niya sinubukang magpumiglas.

Ngunit gumalaw ang leeg ng nilalang at muling humaba. Humarap ang ulo nito sa kanya at inilabas ang mahaba-haba at matulis nitong dila. Halos maligo ng laway ang kanyang mukha sa pagdila nito sa kanya. Saka ito lumapit sa bandang leeg niya.

Doon na siya unti-unting nanghina. Naramdaman niya ang pagsipsip ng nilalang sa kanyang dugo. Wala na siyang magawa lalo na't mabilis siyang nauubusan ng lakas. Hanggang sa unti-unti na ring magdilim ang kanyang paningin.

Sa huling pagkakataon ay napaluha na lamang siya habang hinihintay ang natitirang mga segundo niya. Makalipas ang ilang sandali, bumagsak na sa lupa ang katawan niya. Ang nilalang naman ay nakapulupot pa rin sa puno habang dinidilaan ang tagiliran ng mga labi na punong-puno ng sariwa niyang dugo.

Pinagkaguluhan kinabukasan ang bangkay ni Oliver nang matagpuan ito sa harap ng isang puno. May malaking kagat ito sa leeg na hinala ng marami ay naging dahilan ng pagkaubos ng dugo nito. Walang makapagsabi kung anong klaseng nilalang ang pumaslang dito.

Sa di kalayuan ay makikitang nakatanaw ang matangkad at maputing babae na singkit ang mga mata at nakasuot ng mahabang palda. Ito ang nakasabay ni Oliver sa bus.

"Huwag kang mag-alala, bes. Naipaghiganti na kita…" kahit nagtagalog ang babae, halata pa rin sa accent nito ang pagiging haponesa.

Lingid sa kaalaman ni Oliver, kaibigan iyon ni Princess na may lahing Rokurokubi. Bukod sa humahaba ang leeg sa gabi, may kakayahan din itong mabasa ang nakaraan ng isang taong namatay.

At nang malaman nito ang dahilan ng pagpapatiwakal ni Princess, humanap ng paraan ang babaeng Rokurokubi para mapalapit kay Oliver at maipaghiganti ang kaibigan. At nagtagumpay nga itong pagbayarin ang lalaki sa ginawa nitong kasalanan.

Wakas

Mona Lisa

Ladies and gentlemen, I've got a little story to tell
About Mona Lisa, and how she suddenly fell
Now see everyone knew her, they knew her oh so well
Now I am taking over to release her from her spell

Kanina pa nakaupo si Aubrey Cabales sa harap ng lamesa at paulit-ulit na pinakikinggan ang kantang *Mona Lisa* ni *Britney Spears*. Avid fan siya ng naturang singer, at isa ang kantang ito sa pinaka-ispesyal sa kanya.

Marami kasing malalalim na kahulugang nakapaloob sa kantang iyon na diumano'y may kinalaman sa buhay ng naturang singer.

Ayon sa mga kumalat na kuwento, sinulat daw ito ni Britney noon para magbigay ng babala sa mundo tungkol sa pang-aabusong ginagawa sa kanya ng sariling management. Ang lyrics kasi ng kanta ay tumutungkol sa isang babaeng may alyas na "Mona Lisa" na nakararanas ng pagbagsak sa buhay habang pinapanood lang ito ng mga tao sa paligid.

At noong 2007 nga, totoong nangyari sa naturang singer ang ilan sa nilalaman ng kanta kung saan bumagsak ang career nito, nagpakalbo at pinagpistahan ng mga Paparazzi.

May mga naniniwala rin na ang lyrics sa chorus ng kantang ito ay sinasabing patay na raw ang totoong Britney at ito'y pinalitan na lamang ng isang clone noong 2008 nang mag-comeback ito sa music industry. Iyon ang dahilan kaya hindi na raw ganoon kasigla ang singer sa pagtatanghal at naging mas madalas pa ang pagli-lip-sync dahil hindi raw magaya ng clone ang boses ng totoong Britney na pinalitan nito.

May mga nagsasabi rin na ang management nito ay sinubukang gayahin ang success ng career nito sa pamamagitan ng pag-recruit ng mga bagong singers o girl band na may kaparehong style ni Britney. Kabilang na rito ang The Pussycat Dolls na sinasabing nagmula ang pangalan ng grupo sa isang unreleased album ni Britney na pinamagatang The Original Doll.

Marami pang kumalat na kuwento at teorya tungkol sa tunay na kahulugan ng kanta. Hindi na malaman kung alin doon ang totoo.

Ngunit ang alam lang ni Aubrey, naging ispesyal sa kanya ang kantang ito dahil may kinalaman din ito mismo sa lihim ng kanyang asawa… Isang lihim na tanging siya lang ang nakakaalam, at maging ang lalaki ay hindi rin ito alam.

"TAPOS ka na ba d'yan?" tanong ni Benjamin sa asawang si Aubrey na nagluluto ng breakfast sa kitchen.

"Ah, malapit na 'tong matapos, mahal. Upo ka na d'yan at ilalatag ko na ang plato mo," masayang sagot sa kanya ng babae na ganadong-ganado nang araw na iyon.

"Gusto mo bang tulungan na kita, mahal?" aniya rito saka nilapitan ang babae.

"Hindi na, mahal. Eto oh, tapos na nga, eh. Papatayin ko na nga itong kalan, eh," tatawa-tawang tugon ng babae saka nito sinadyang idikit ang braso sa dibdib ng lalaki.

Wala pang suot na pang-ibabaw na damit si Benjamin nang mga oras na iyon dahil kagigising pa lang niya. Hilig din ng lalaki na maghubad ng pang-ibabaw tuwing matutulog sila.

"Sige. Ihahanda ko na lang ang mga plato natin," sagot niya rito saka ito hinalikan sa pisngi. Siya na ang naghanda ng mga pinggan at baso nila. Habang ang babae ay nagsimula nang mag-prepare sa agahan nila.

Pagkatapos nilang kumain, nagpahinga lang saglit ang babae. Saka ito nagbihis para pumasok na sa trabaho. Siya naman ay mananatili lang muli sa bahay habang hindi pa maayos ang kalagayan niya.

Bago ito umalis, nagbilin ito sa kanya na inumin na ang mga gamot niya para mapabilis ang pagbabalik ng kanyang alaala.

Mag-iisang linggo na kasi ang lumipas mula nang maaksidente siya sa pagmamaneho. Masuwerteng nabuhay pa siya, ngunit ang naapektuhan dito ay ang ulo niya, na nagdulot ng pagkabura ng kanyang alaala.

Habang may amnesia pa siya, pinayuhan siya ng asawa na huwag na munang magtrabaho. Ito na lang muna ang kikilos pansamantala. Kailangan daw muna niyang magpahinga ng ilang buwan at magpalakas.

Kapag ganap na niyang nabawi ang lakas, doon lang siya nito papayagang magtrabaho muli. Sa totoo lang, kahit si Benjamin ay hindi rin alam ang gagawin sa mga panahong iyon.

Masyadong maraming alaala ang nawala sa kanya. Pati sarili niyang pangalan ay nakalimutan din niya. Ni hindi nga niya maalala kung ano ang dati niyang trabaho dahil wala ring binabanggit dito ang babae.

Tuwing tatanungin niya ito tungkol sa kanyang nakaraan, palagi lang nitong sinasabi na mag-asawa sila, nagsasama nang masaya at nagta-travel sa iba't ibang lugar.

Gustong-gusto na talaga niyang makabalik sa dating buhay. Kaya naman kahit nasa bahay lang ay ginagawa niya ang lahat para maibalik ang mga alaalang nawala sa kanya.

Tuwing papasok sa trabaho ang babae, palagi siyang naglilibot at naghahalungkat sa bawat sulok ng bahay nila. Nagbabakasakali na may mahanap siyang kahit anong bagay na maaaring makapagpa-trigger sa memories niya.

Sa pagkakataong ito, sinubukan naman niyang puntahan ang attic. Binuksan niya ito gamit ang susi na palaging itinatago ng babae. Ngayon lang siya nagkaroon ng pagkakataon na makuha ito sa pinaglalagyan na tila ayaw sabihin ng asawa sa kanya.

Pagbukas ng pinto, walang ibang bumulaga sa kanya kundi ang nakatambak na sirang mga kagamitan sa loob. Karamihan ay binalot na ng matinding sapot at alikabok.

Ang iba naman ay tila bagong lagay pa lang doon dahil medyo malinis-linis pa. Kabilang na roon ang isang painting ni Mona Lisa na umagaw sa atensyon niya.

Ewan ba niya ngunit tila labis siyang nabighani sa babaeng nasa painting. Wala siyang idea sa background ng painting na ito. Nawala na rin sa alaala niya na isa ito sa mga likha ng painter na si Leonardo da Vinci.

Ang Mona Lisa ay considered na as public domain ngayon na puwedeng gayahin o ibenta ng kahit na sino sa iba't ibang panig ng mundo.

Walang kahit anong nasa anyo ni Benjamin kundi ang labis na pagkamangha sa babae. Hindi niya maunawaan ang nararamdaman niyang iyon. Para bang may nais sabihin sa kanya ang alaala niya ngunit hindi niya ito mawari.

Sinubukan niyang lapitan ang painting at matagal na pinagmasdan. Ganoon na lamang ang pagkagulat niya nang biglang gumalaw ang mga mata nito at lumingon sa bandang gilid.

Napaatras siya at mabilis na lumabas ng attic. Nagmamadali siyang isinara at kinandado ang pinto saka kumaripas nang takbo patungo sa sala.

Doon pa lang humupa ang matinding kilabot sa kanyang dibdib. Hindi siya maaaring linlangin ng paningin kanina. Totoong gumalaw ang mga mata ng babae sa painting na iyon.

Pagkauwi ni Aubrey nang gabing iyon, agad niyang sinabi rito ang tungkol sa nakakatakot na painting sa attic. Nagulat pa nga ang babae nang malamang nagpunta siya roon.

"Ano? Bakit ka pumasok sa attic? Pinakialaman mo 'yung susi sa aparador ko?" bahagyang tumaas ang boses ng babae.

Nakaramdam ng kaunting panlulumo si Benjamin. "Sorry, love. Sorry talaga. G-gusto ko lang naman kasing libutin ang buong sulok ng bahay na 'to, eh. Sa pagbabakasakaling may maalala na ako…"

Napabuntong-hininga na lang ang babae. "Next time, huwag kang mangangalikot sa mga gamit dito nang walang paalam sa akin, ah?"

"Bakit naman, love? Ano ba'ng meron sa mga gamit dito? 'Di ba sabi mo, mag-asawa naman tayo? Bakit bawal akong mangalikot sa mga gamit nating dalawa?"

"Please not now, Benjamin! Medyo pagod ako. Puwede ba'ng matulog na muna tayo? Saka ko na lang ipapaliwanag sa `yo ang lahat. Huwag ka nang masyadong mag-isip ng kung anu-ano. Babalik din sa dati ang lahat!"

Hindi na niya naisipan pang sumagot. Nawalan na siya ng sasabihin. Tuwing magtatanong siya rito tungkol sa kanyang nakaraan, palaging ganoon ang isinasagot ng babae. Huwag na raw siya masyadong mag-isip at babalik din sa dati ang lahat.

Ewan ba niya ngunit parang gusto na niyang magduda sa babae. Kahit wala siyang naaalala, parang nahahalata niyang may itinatago ito sa kanya. Hindi lang siya makagawa ng hakbang dahil nga wala pa siyang matandaang kahit ano. At hindi na rin niya alam kung paano pa hahanapin ang mga nawalang alaala sa kanya.

Habang tumatagal ay palakas nang palakas ang kutob niya na lalong nagpapabigat sa dibdib niya. Para bang ikamamatay niya kapag hindi nalaman kung ano ang nais nitong iparating sa kanya.

Minsan nga, habang wala ang asawa sa bahay, sinamantala niya ang pagkakataon para makalabas. Pinuntahan niya ang duktor na gumamot sa kanya.

Ayon dito, maaaring tumagal daw ng ilang linggo o buwan ang amnesia niya. Pero hindi naman daw ito magiging permanente. Kailangan lang niyang mag-relax at huwag i-stress ang sarili. Unti-unti rin daw magbabalik ang alaala niya kahit walang treatment na gawin sa kanya.

Ipinakita rin niya sa duktor ang gamot na ipinapainom sa kanya ng asawa. Napapansin kasi niya na tuwing iinumin niya iyon ay palaging sumasakit ang ulo niya. Naiirita na tuloy siyang inumin ito araw-araw.

Nagulat ang duktor nang makita ito. "Wala akong natatandaang niresetahan kita ng ganitong gamot. Wala rin akong ibinigay sa asawa mo na dapat mong inumin. Gaya nga ng sabi ko kanina, kusa ring magbabalik ang memories mo kahit walang treatment."

Kinabahan si Benjamin. Dito ay mas tumindi ang pagdududa niya sa babae. "K-kung ganoon, Doc, p-para saan po ang gamot na 'yan?"

Nagulat siya sa mga sumunod na sinabi ng duktor. Hindi siya makapaniwala sa natuklasan.

Pagkauwi ng babae, hindi na niya ito hinintay pang makapasok sa kuwarto. Habang nasa sala pa lang ay kinompronta na niya ito.

"Ano itong pinapainom mo sa akin?" Inilabas niya ang bote ng gamot at iniharap sa babae. "Sagutin mo ako, Aubrey. Para saan ito?"

Bahagyang nalukot ang noo ng babae sa kanya. "Bakit ka ba nagsasalita nang ganyan? Gamot mo 'yan para bumalik agad ang alaala mo!"

"Nagpunta ako sa doctor natin kanina! Siya mismo ang nagsabi na wala raw siyang binigay na kahit anong gamot sa akin! Alam mo 'yan. Aubrey! O kung sino ka man talagang babae ka! Bakit mo ako pinapainom ng gamot para lalo kong hindi maalala ang lahat? Nilalason mo ba ako? Sino ka ba talaga? Asawa ba talaga kita?"

"Tumigil ka nga, Benjamin!" Nagtaas na rin ng boses ang babae. "Bakit mo 'ko pinagsasalitaan nang ganyan? Wala ka bang tiwala sa akin?"

"Wala talaga! Wala akong tiwala sa 'yo hangga't hindi mo sinasabi kung ano talaga ang nakaraan ko! Sabihin mo sa akin, sino ba talaga ako? Sino ka ba talaga? Ano ba talaga ang koneksyon natin sa isa't isa bago ako maaksidente?" nanlalaki pa ang mga matang wika niya sa babae.

Sa halip na sagutin ay tinalikuran lang siya nito. Doon na siya napilitang hilain ang braso nito pabalik. Halatang nasaktan ang babae sa ginawa niya.

"Ano ba! Nakakasakit ka na!"

"Masasaktan ka talaga kapag hindi ka pa nagsalita! Sagutin mo ang mga tanong ko sa 'yo! Huwag mo na akong paghintayin dito huwag mo nang paulit-ulitin pa sa akin ang mga tinanong ko kanina! Sagutin mo na ako nang diretso!"

"Wala akong dapat na isagot sa 'yo dahil mag-asawa tayo! Iyon ang totoo! Naaksidente ka dahil nabangga ng truck ang sasakyan mo habang pauwi ka rito! Madalas din tayong mag-travel noon at iyon ang libangan natin! Iyon lang!"

Hindi siya kumbinsido sa mga sinabi ng babae. "Alam kong may hindi ka pa sinasabi sa akin. Kahit wala akong naaalala, alam kong may itinatago ka! Umamin ka na! Huwag mo na akong pahirapan pakiusap lang! Kung sino ka man talagang babae ka, huwag mo na akong pahirapan!"

"Bakit ba ang kulit mo? Naniniwala ka sa sinabi ng ibang tao? Na nilalason kita? Mas paniniwalaan mo pa ang iba kaysa sa sarili mong asawa?"

"Hindi iyon kung sinu-sinong tao lang! Duktor iyon, Aubrey! Duktor natin iyon! Ikaw na mismo ang nagsabi na iyon lagi ang gumagamot sa atin dati! Doon tayo lagi pumupunta sa ospital na iyon kapag may sakit ang isa sa atin! Sa 'yo mismo nanggaling 'yan! Huwag mo sabihing hindi!"

"Eh 'di ikaw na! Kung ayaw mo naman palang makinig at maniwala sa akin, bahala ka sa buhay mo! Pagod ako ngayon at gusto ko nang matulog!"

"Sige lang! Matulog kang mag-isa mo!" Nauna siyang pumasok sa kuwarto. May mga kinuha lang siya roon.

At paglabas niyang muli, napamulagat na ang babae sa dala-dala niyang bag.

"O, saan ka naman pupunta?"

"Kahit saan basta hindi ako dito matutulog hangga't hindi mo sinasabi ang totoo!"

"Bakit, may pupuntahan ka? Marunong ka nang maglayas?"

"May amnesia lang ako pero hindi ko pa rin nakakalimutan kung paano sumakay at bumiyahe!"

"Bahala ka sa buhay mo! Akala mo naman may mapupuntahan ka. Kapag naaksidente ka pa ulit, wala na akong pakialam sa 'yo!"

Hindi na siya nakipagtalo sa babae. Nilisan nga niya ang bahay nila at nagpakalayu-layo. Ginamit niya ang kinuhang pera sa aparador ng babae kanina para makapag-check in sa isang mumurahing hotel na medyo malayo-layo na sa lugar nila.

Doon na muna siya nagpalipas ng gabi. At bukas na bukas din, susubukan niyang maghanap ng kahit anong trabaho at ibang matitirhan. Ayaw na muna niyang umuwi sa kanila. Lalo na't hindi siya nakasisigurado sa tunay na pagkatao ng babaeng kasama niya roon.

Kabilugan ng buwan. Tahimik na sa buong hotel. Mahimbing na rin ang tulog ng lahat. Bigla namang naalimpungatan si Benjamin.

Pagdilat niya, agad siyang nanginig sa sobrang lamig. Sinikap niyang bumangon at pinatay ang aircon pero hindi pa rin nawawala ang lamig.

Doon na siya nagtaka. Hanggang sa bigla na lang may humablot sa kabilang paa niya. Napalundag siya sa gulat nang makakita ng isang kamay na nagmumula sa ilalim ng kama.

Unti-unti itong gumapang at lumabas hanggang sa masilayan niya ang kabuuan ng katawan nito. Isang babae iyon na nakasuot ng itim na bestida. Tila may itim na belo ring nakapatong sa mga balikat nito.

Pag-angat ng ulo nito, bumulaga sa kanya ang mukha ng babaeng nakita niya sa painting na nasa attic. Ang mukha ni Mona Lisa!

Walang ekspresyon ang mukha nitong nakatitig sa kanya. Halos higupin siya ng malalim nitong mga titig na tumatagos hanggang sa kaluluwa niya.

Sa sobrang takot ay hindi napigilan ni Benjamin ang pagpatak ng luha. Nanginiging ang buong katawan niya habang dahan-dahan siyang umaatras.

Natatakot siyang kumilos nang mabilis dahil baka kung ano pa ang gawin ng nilalang na ito sa kanya. Sinikap niyang kumilos nang dahan-dahan habang tinutungo ang pinto.

Tumindi ang pagkabog ng dibdib niya nang makita kung paano ito tumayo habang bumabalu-baluktot ang mga buto nito sa kamay at paa. Nang magsimula itong maglakad, lumikha rin ito ng ingay na parang mga butong lumalagutok. Nakaririnig din siya ng tila malalim na paghinga.

Napansin niyang unti-unti na ring nagkakaroon ng ekspresyon ang mukha nito. Tila ngumingiti na ito habang tumatalim ang mga titig sa kanya!

Sa labis na takot niya ay napapikit na lamang siya at nagpakawala ng napakalakas na sigaw. Hindi siya tumigil sa pagsigaw hangga't hindi nawawala ang ingay na nililikha ng misteryosong babae.

Nang makaramdam ng katahimikan sa paligid, doon pa lang siya huminto at dahan-dahang ibinuka ang mga mata. Wala na ang babae sa loob ng silid. Doon pa lang siya tumakbo patungo sa pinto at sinindihan ang ilaw.

Napalabas siya ng silid at tumambay na lang sa maliwanag na paligid. Bahagyang nawala ang takot niya nang makasalubong ang ilan sa mga housekeeping staff doon na naglilinis at nagro-roaming tuwing gabi.

Madaling araw na siyang nakabalik sa kuwarto. Medyo natatakot pa rin siyang matulog doon pero hindi na rin niya kayang labanan ang antok. Pinilit na lang niyang humiga at nagbalot ng kumot sa buong katawan.

Hindi na namalayan ni Benjamin ang paglipas ng mga oras. Nagising na lang siya nang ganap nang tirik ang araw sa labas.

Ngunit iyon din ang oras na biglang naramdaman niya ang kumot na tila humihiwalay sa kanyang katawan. Pagmulat na pagmulat niya ng mga mata, mukha agad ni Mona Lisa ang nakita niya.

Nakapatong ito sa harap niya. Nakangisi pa rin ito habang matalim ang pagkakatitig sa kanya. Mangiyak-ngiyak siyang napasigaw at nagwala sa kama. Ngunit bago pa siya makagawa ng aksyon, bigla nitong tinakpan ang buo niyang mukha gamit ang isang kamay nito.

Sa pagkakataong iyon, biglang nanigas ang buo niyang katawan. Hindi siya makagalaw at hindi rin makapagsalita. Para siyang binabangungot. Pakiramdam niya'y lumulutang ang katawan niya habang dinadala siya sa isang hindi pamilyar na mga eksena.

Napanood niya isa-isa ang lahat ng mga bagay na gusto niyang malaman sa kanyang sarili. Nakita rin niya roon ang isa pang babae na may kinalaman sa painting na nakita niya sa attic.

Nang magbalik sa dati ang pakiramdam niya, wala na sa kanyang harapan ang misteryosong babae. Ngunit sa pagkakataon ding iyon, naalala na niya ang lahat. Nagbalik na ang mga alaalang nawala sa kanya.

Hindi siya makapaniwala sa lahat ng mga natuklasan sa kanyang sarili. Ngayon lang niya naalala na ang babaeng nagpapakita sa kanya na kamukha ni Mona Lisa ay isa lamang pangkaraniwang babae noon na nagngangalang Melanie.

Nang magsawa siya sa asawa niyang si Aubrey, dito siya kay Melanie naghanap ng kaligayahan. Batid din ni Aubrey ang tungkol sa relasyon nila pero pinilit nitong magpaka-martir para lang sa kanya.

Kahit harap-harapang pinagtataksilan na niya ang asawa, hindi pa rin ito umalis at mas piniling tiisin ang pagmamalupit niya rito habang pinatitira sa bahay nila ang kabet niya.

May matindi rin siyang obsession sa painting ni Mona Lisa. Kaya naman ginamit niya ang kanyang pera para iparetoke ang mukha ni Melanie. Matagal na niya itong nais gawin kay Aubrey pero ayaw na ayaw ito ng babae, kaya naman kay Melanie na lang niya ginawa na hindi naman nagdalawang-isip sa kagustuhan niya.

Nang maging kamukha na ni Melanie si Mona Lisa, mas tumindi pa ang pagmamahal niya rito. Araw-araw niya itong pinaliligaya sa kama, habang si Aubrey ay nagmukha na lang katulong nila sa bahay. Tinitiis ang lahat ng hirap at pananakit na ginagawa niya.

Hanggang isang araw, nagkaroon ng matinding pag-aaway sina Aubrey at Melanie. Hindi sinasadyang naitulak ng kanyang asawa ang babae sa hagdan. Bagok ang ulo nito at namatay.

Sa sobrang galit niya ay naglayas siya sa bahay at nagmaneho ng pagkabilis-bilis. Ngunit nang mapalingon siya sa front view mirror, bumulaga sa kanya si Melanie na nasa kaanyuan ni Mona Lisa. Nakaupo ito sa likuran niya!

Sa labis na pagkataranta ay hindi na nawala na siya sa focus sa pagmamaneho, hanggang sa bumangga ang sasakyan niya sa isang paparating na truck.

Napaiyak na lamang si Benjamin sa lahat ng naalala niya. Hindi niya matanggap ang lahat. Akala niya, masamang tao ang Aubrey na kasama niya sa bahay na sinusubukan siyang painumin ng isang gamot para tumagal ang amnesia niya.

Pero siya lang pala itong may ginagawang masama na naging dahilan para gawin iyon ng babae sa kanya. Sinusubukan nitong huwag nang ibalik ang kanyang alaala para tuluyan na niyang makalimutan ang babaeng ipinagpalit niya rito para lang maging kamukha ng kinababaliwan niyang painting na si Mona Lisa.

Hindi siya makapaniwalang magagawa niya iyon sa buhay niya pati sa babae. Hindi na siya nagpaabot ng tanghali sa hotel na iyon.

Agad siyang bumiyahe para umuwi sa kanila. Ang dami niyang kailangang ihingi ng tawad sa babae, sa asawa niyang hindi siya iniwan sa kabila ng matitinding kalokohang pinaggagagawa niya.

Pagkapasok sa loob, hinanap agad niya si Aubrey. Napansin niyang napakatahimik ng bahay. Nagtungo siya sa kuwarto, sa kusina, sa banyo, pati sa likod ng kanilang bahay pero wala ito. Imposible namang walang tao sa loob dahil bukas ang lahat ng pinto at bintana.

Sa pagkakataong iyon, naisipan niyang puntahan ang attic. Nakita niyang bukas ang pinto nito. Nagmadali siyang naglakad patungo roon.

Ganoon na lamang ang pagkasindak niya nang makapasok sa loob. Bumulaga sa kanya ang nakabulagtang katawan ng babae na punong-puno ng dugo at mga sugat sa iba't ibang bahagi ng katawan.

Sa tabi nito ay makikita ang patalim na nabahiran din ng maraming dugo. Para bang sinaksak nito ang sarili hanggang sa bawian ng buhay.

Ang labis pang ipinagtataka ni Benjamin ay magkadikit ang mga palad ni Aubrey na tila nagdadasal o sumasamba, habang nakatutok iyon sa mismong painting ni Mona Lisa na nakasandal sa pader.

Laking gulat niya nang makitang nakangisi ang babae sa painting at matalim ang pagkakatitig sa bangkay ng kanyang asawa!

Saka biglang tumugtog mag-isa ang cassette player na pag-aari ng babae.

Ladies and gentlemen, I've got a little story to tell
About Mona Lisa, and how she suddenly fell
Now see everyone knew her, they knew her oh so well
Now I am taking over to release her from her spell

Wakas

Big Bad Mouth

May naligaw na pusa sa bakuran nina Aling Tesang. Bigla itong nagulantang nang lumabas sa pinto at sumugod ang isang German Shepherd. Bago pa ito nakatakas ay nasagpag na ito ng agresibong aso.

Lutay-lutay na ang katawan ng pusa nang abutan ito ni Gerald. Kasalukuyan na itong nilalapa ng alaga niyang aso. Normal na sa paningin ni Gerald ang senaryong iyon. Maliit pa lang kasi ang aso ay sinanay na niya itong lumapa ng tao at ibang hayop na hindi nila kasundo.

Tanging siya at ang mga kasama lang niya sa bahay ang kinikilala nitong pamilya. Matinding training ang ibinigay dito ni Gerald para maging cannibal at agresibo pa sa inaakala ang kanyang German Shepherd pagdating sa ibang tao o hayop.

Kung tatanungin siya kung bakit, matindi kasi ang galit niya sa mundo. At ang galit na ito ang nagtulak sa kanya para turuan ding magalit sa mundo ang kanyang aso.

Galit siya dahil basura kung iturin siya ng sariling pamilya. Minamaltrato siya ng ama, tinuturuan siyang magbisyo ng ina, at hindi siya kasundo ng mga kapatid. Wala siyang ibang kakampi sa bahay kundi ang aso niya.

Bukod dito, hindi rin niya matanggap na ampon lang siya ng mga ito. Okay lang naman sana sa kanya na maging ampon siya. Pero bakit ang mga ito pa ang nakapulot sa kanya? At nasaan na ang tunay na mga magulang niya?

Ang mga bagay na ito ang isa pa sa nagpapadagdag sa kanyang galit sa mundo. Hindi na nga niya nasilayan ang totoong mga magulang, hindi pa siya binigyan ng pagmamahal ng mga magulang na kumupkop sa kanya.

Mula nang magkaisip na siya sa mundo, sa kanya na lagi ibinabagsak ang trabaho. Habang nasa inuman ang kanyang ama at nasa sugalan ang kanyang ina, siya ang gumagawa ng lahat ng gawaing bahay.

Habang nag-aaral ang mga kapatid niya, siya ay maaga nang nagtatrabaho para buhayin ang sarili. Lalo na't madalas ay hindi na rin siya pinapakain nang mabuti. Kaya ang kakaunting kinikita niya sa pangangalakal at sa mga sideline sa palengke ang pinangpapakain niya sa sarili niya.

Madalas din ay sa labas na siya kumakain dahil hindi naman siya iniimbitang kumain sa loob. Ni hindi nga siya binibigyan ng sariling pinggan at baso. Pati unan ay wala siya. Ang sira-sirang bag lang niya ang nagsisilbing sapin niya sa ulo tuwing matutulog.

Buti na lang ay nakapulot siya ng aso noong binatilyo na siya. Dito niya ibinuhos ang lahat ng pagmamahal na alam niya.

Noong una ay itinataboy din ito sa bahay ng pamilya niya. Pero nang malaman nilang may pakinabang ito laban sa mga magnanakaw at akyat-bahay, pinayagan na rin itong tumira sa kanila.

Kung ang mga ito ay ginagawa lang tagabantay ng bahay ang kanyang alaga, siya naman ay itinuturin niya itong pamilya, kaibigan, kapatid, lahat-lahat na. Ito ang nagsisilbing mundo niya. At siya rin ang nagsisilbing mundo nito.

Silang dalawa lang ang nagkakaintindihan. Kahit hindi nakakapagsalita ang kanyang aso, alam na alam nito ang kanyang emosyon. Ito lang din ang nagpapasaya sa kanya ngayon.

Kung tutuusin, puwede rin niyang ipakagat at ipakain ang sarili niyang pamilya pero hindi niya ginawa. Kahit ganoon ang turin ng mga ito sa kanya ay tinatanaw pa rin niya bilang utang na loob ang pagpapalaki nito sa kanya.

Ang mahalaga ay hindi siya minaltrato ng mga ito noong wala pa siyang malay sa mundo. Iyon lang ang pumipigil sa kanya na saktan ang sariling pamilya gamit ang kanyang aso. May araw din ang mga ito. Naghihintay lang siya ng tamang pagkakataon.

Isang gabi iyon nang makauwi si Gerald sa bahay. Agad nagwala sa kulungan ang kanyang asong sabik na sabik sa kanya. Pinakawalan niya ito at inilapag ang binili niyang pagkain para dito. Karamihan doon ay mga hilaw na karneng may dugo-dugo pa.

Agad naman siyang kinompronta ng amang si Burdugoy. "Hoy! May nawawalang pera dito! Saan mo dinala!"

Hindi napigilan ni Gerald ang pag-init ng ulo. "Kararating ko lang 'yan agad ang ibubungad mo?"

"Putang ina mo sumasagot ka pa, nasaan 'yung pera!"

"Wala akong kinukuha!" pagtataas niya ng boses dito.

Nagulat siya nang bigla siyang suntukin ng ama. Namula ang kanyang mukha. "Kailan ka pa natutong magnakaw?" bulalas nito sa kanya.

"Wala akong ninanakaw sa inyo! May sarili akong trabaho! May sarili akong pera! At yung pera ko galing sa mabuti at hindi galing sa sugal!"

Sa pagkakataong iyon ay sinikmuraan naman siya ng ama. Sumingit din sa eksena ang kanyang ina nagkampihan ang dalawa.

"Hindi biro 'yung perang nawala sa akin! Anim na libo 'yun, Gerald! Anim na libo! Panggastos 'yun dito sa bahay at pambayad ng kuryente! Ibalik mo na kung ayaw mong ipako ka namin sa krus!"

"Bakit ba ako ang pinagbibintangan n'yo?" pasigaw na sagot niya sa ina. "Umaga pa lang wala na ako rito sa bahay! Nagtatrabaho ako! Gabi na ako nakakauwi kaya wala akong ninanakaw rito na kahit ano!"

Hinubad ni Aling Tesang ang tsinelas at ipinalo sa ulo niya. "Putang ina mo ka! Gago ka! Tarantado ka! Wala kang kuwenta! Walang ibang puwedeng magnakaw no'n kundi ikaw lang! Hayop ka! Punyeta ka! Bobo ka! Pukinang ina ka!"

Halos lahat na yata ng mura ay pinalunok na sa kanya ng ina. Kung duruin siya nito parang hindi siya anak. Kung sa bagay, hindi naman talaga siya anak ng mga ito.

Pilit pinigilan ni Gerald ang emosyon kahit gustong-gusto na niyang sumigaw at magwala. Halos mamula ang mga kamao niya sa higpit ng pagkakakuyom ng mga ito. "Hindi pa ba kayo nasusugatan sa talim ng mga dila n'yo? Huwag kayong mag-alala! Pagdating ng suweldo ko babayaran ko 'yun kahit wala akong kinalaman sa binibintang n'yo!"

Binatukan siya ng ama sa ulo. Sinakal siya nito. Saka siya pinagsusuntok muli hanggang sa magsuka na siya ng dugo. Itinulak siya nito sa loob na parang aso. "Maglinis ka ng kuwarto do'n! Maglatag ka na rin at matutulog na kame! Ikaw hindi ka matutulog ngayon dito sa bahay! Dito ka sa tabi ng aso mo!"

Hindi na siya nasurpresa sa sinabing iyon ng ama. Tuwing magkakasagutan sila ay lagi naman siya nitong pinapatulog sa labas. Wala naman siyang problema doon. Mas gusto pa nga niya iyon dahil makakatabi niya sa pagtulog ang kanyang alaga. Mas gusto niyang katabi ang mga ito kaysa sa demonyo niyang pamilya.

Pagkarating sa kuwarto, halos malula siya sa dami ng kalat. Natagpuan naman niya ang tatlong kapatid na may kanya-kanyang mundo. Ang dalawa ay nagtatawanan habang nagbabatuhan ng unan. Ang isa naman ay nasa sulok at naglalaro sa cellphone.

Nagulat siya kung paano nagka-cellphone ang panganay na iyon. "Hoy, saan galing 'yan?"

"Binili ko, bakit?"

"Binili?" Natawa siya pagkatapos. "Paano ka nakabili? Nagtatrabaho ka na ba?" sagot niya sa batang ito na nasa Grade 6 pa lang.

"Bakit, ano'ng masama? Kayong matatanda lang ba puwedeng bumili ng cellphone?"

"Saan ka nga nakakuha ng pambili?"

Hindi ito sumagot sa kanya.

Nilapitan niya ito at tinitigan nang masama. "Huwag mo sabihing ikaw 'yung nagnakaw nung nawawalang pera? At pinambili mo n'yan?"

Nang hindi pa rin ito sumagot sa kanya, pinalo na niya ang dalawang kamay nito hanggang sa bumagsak ang cellphone sa mga hita nito.

Tumalim ang mga titig ng bata. Sinuntok siya nito. "Gago ka, ah!"

"Gago ka rin!" sagot niya rito. "Kailan ka pa natutong magnakaw? Sarili mong magulang pagnanakawan mo?"

"Ano ba'ng pake mo? Ampon ka lang naman dito!"

Natawa lang siya. "Alam na ba nilang may cellphone ka?"

"Oo! Sabi ko napulot ko lang kanina! Dahil wala nang may-ari pinayagan na nilang gamitin ko ito!"

Mas humagalpak siya ng tawa. "Ang galing mong magsinungaling, ha! Nakakaawang nilalang! Hindi ko ma-imagine kung paano mo lalabanan sina nanay at tatay pag lumaki ka nang sinungaling, magnanakaw at pasaway! Pasalamat ka mahal na mahal nila kayong tatlo, tapos ganito lang igaganti n'yo sa kanila?"

"Palibhasa hindi ka naman mahal ni mama!" pang-iinis sa kanya ng bata saka dinampot muli ang cellphone nito.

Aminado siyang nasaktan siya roon dahil totoo. Pero hindi siya nagpatinag. "Hindi ko kailangan ng pagmamahal ng kahit na sino sa inyo. Ito ang tandaan mo. Habang buhay na lang kayong mahirap! Ako, kahit itapon n'yo pa ako sa basura, kayang-kaya kong buhatin ang sarili ko. Pero kayo? Tingnan lang natin kung hanggang saan kayo kayang alagaan ng mga magulang n'yo kapag nalulong na rin sila sa mga bisyo nila!"

Saka niya ito iniwan doon. Lumabas na siya ng kuwarto dala ang lumang bag na nagsisilbing unan niya. Wala siyang balak sundin ang utos ng ama. Bahala na ang tatlong pasaway na maglinis ng sarili nilang kuwarto.

Hindi na rin sila nagpansinan ng mga magulang niya. Wala na ring kibo ang mga ito nang maglatag na siya ng karton na higaan sa tabi ng kulungan ng aso.

Dahil nandoon siya, hindi na bumalik ang German Shepherd sa kulungan nito. Sa halip ay tumabi ito sa kanya at nagpayakap pa. Niyakap naman niya ito nang mahigpit pagkatapos ay hinaplos-haplos ang katawan.

"Hayaan mo, brother. Balang araw makakaganti rin tayo sa mga 'yan. Pinagbibigyan ko lang sila. Basta ako, kahit anong mangyari hindi tayo maghihiwalay. Tandaan mo 'yan, ha? Hinding-hindi tayo maghihiwalay..."

Kitang-kita naman niya ang galit sa anyo ng aso. Sadya nitong inilabas ang mga ngipin nito. Anumang sandali ay handa na itong mangagat muli ng mga taong umaapi sa kanya. Naghihintay lang ito ng utos niya.

Isang araw, naisipan niyang maglinis ng bahay dahil mabaho na naman. Sigurado siyang may namatay na namang daga sa sulok at wala namang ibang maglilinis nito kundi siya lang.

Tirik na tirik ang araw sa labas pero ang nanay niya ay nasa sugalan na naman. Ang ama niya ay pumapasada ngayon sa tricycle ngunit pagsapit ng gabi siguradong didiretso na muli ito sa mga inuman.

Sabado iyon kaya walang pasok sa iskuwela ang tatlong bata. Nasa labasan ang dalawa at naglalaro, habang ang isa naman ay nakahilata naman sa bulok-bulok nilang sofa at naglalaro sa cellphone.

"Bumangon ka nga muna d'yan at maglilinis ako," sabi niya habang hawak ang walis, dust pan at basahan na pang-mop.

"Buhatin mo 'ko tas dalhin mo 'ko sa kuwarto," sigang sagot nito sa kanya habang nakatingin pa rin sa cellphone.

"Ano ka, senyorito? Hari ng England?"

"E, ikaw? Alipin ka lang namin dito! Kaya sundin mo utos ko. Buhatin mo 'ko at dalhin sa kuwarto kung gusto mong makapaglinis dito."

Nainsulto si Gerald sa sinabi nito. Padabog niyang binitawan ang mga gamit at hinablot ang cellphone nito saka ibinato sa labas. Gulat na gulat ang bata. Sinundan nito sa labas ang cellphone. Labis-labis ang panlulumo nito nang makitang basag na ang screen niyon.

Agad itong naglumpasay sa pag-iyak. Binuhat naman niya ito at inihagis patungo sa kuwarto. "Ayan, kamahalan! D'yan ka umiyak!"

Tumayo ito at pinagsusuntok siya. "Gago ka! Mamatay ka na!" paulit-ulit nitong sambit sa kanya.

Hindi na niya naisipang pumalag pa. Nangangati lang siya sa mga binibitawan nitong suntok. Ayaw lang niya itong pakitaan ng totoo niyang suntok at baka umikot ang ulo nito nang hindi oras.

Parehong dumating ang ama at ina nila. Naabutan pa silang nag-aaway sa harap ng kuwarto. Pati siya ay nagulat dahil hindi niya inaasahang uuwi ang mga ito ng maaga.

"Ano'ng nangyayari dito? Bakit umiiyak 'yan si Patrick?"

Agad lumapit ang bata sa nanay nito at nagpayakap. "Si Gerald po, sinira po cellphone ko tapos hinagis po ako sa kuwarto!"

"Anooo!" Ang talim ng pagkakatitig sa kanya ng ale pagkatapos niyon. "Ano'ng ginawa mo, Gerald!"

"Huwag ako ang sisihin n'yo! Iyang si Patrick ang pagsabihan n'yo! Ako na nga itong nagpapakahirap maglinis dito sa bahay dahil amoy daga na naman tapos ayaw pang sumunod n'yan sa akin! Hindi na 'ko ginagalang! Pagsabihan n'yo nga 'yan! Gumagaya na sa inyo, eh! Marunong nang magmura!"

"Wala ka ba talagang pusong lalaki ka? Pati itong batang maliit pinapatulan mo? Sinira mo pa 'yung cellphone niya! Babayaran mo 'tong hayop ka!"

"Nay! Makinig kayo sa 'kin, ah? Hindi niya napulot 'yan! Binili niya 'yan! Siya 'yung nagnakaw ng pera n'yo! Pinambili niya ng luho niya!"

"At bakit naman kita paniniwalaan? Wala ka namang kuwentang tao?"

Natawa lang siya rito. "Ayan tayo, eh! Lahat naman hindi n'yo pinaniniwalaan basta manggagaling sa akin. Pero d'yan sa paborito n'yong anak! Kahit harap-harapan na kayong tinatraydor at pinagnanakawan, kinakampihan n'yo pa rin! Hindi na 'ko magtataka kung lalaking isnatser 'yan!"

Isang suntok sa panga ang pinakawalan sa kanya ng ama. "Hoy tarantado! Wala kang karapatang insultuhin ng ganyan ang anak namin! Baka nakakalimutan mo, 'yan ang totoo naming anak! Ampon ka lang dito, ha! Ampon!"

"Alam ko 'yun, tay! Hindi n'yo kailangang ipaalala sa akin. Alam kong siya ang tunay n'yóng anak. Manang-mana nga sa inyong dalawa 'di ba?"

Muli siya nitong sinuntok. "Gago ka, ah! Hindi ka na marunong gumalang?"

"Turuan n'yo munang gumalang 'yang anak n'yo!"

Sinuntok na naman siya nito sa tiyan. Sunod-sunod na ang pambubugbog nito sa kanya. Nakisali pa ang ale. Ngayon ay mag-asawang bugbog na ang dinadanas niya.

Ilang suntok, sampal, palo, tadyak, sipa, at pangungutya ang tinamo niya hanggang sa kaladkarin siya ng mga ito palabas.

"Lumayas ka na rito! Hindi ka na namin kailangan! Sa lahat ng tao, ikaw ang walang kuwenta!"

Gulat na gulat si Gerald nang makita kung paano ibato at ikalat ng kanyang ina-inahan sa labas ang mga damit niya. Ang iba ay natapon pa sa kanal. Ang iba naman ay nasabit sa mga puno.

Hindi na niya napigilan ang emosyon. Sa sobrang galit ay binuhat niya ang mga balde at timba sa harapan ng bahay at pinagbabato rin sa labas. Tumahol na tuloy ang aso niyang nasa kulungan.

"Tama na! Tama naaaaa! Lalayas na talaga ako rito! Hindi ko kailangan ng mga walang kuwentang magulang gaya n'yo!"

"Mas wala kang kuwenta! Gago ka!" sigaw sa kanya ng ina. Napatingin na sa kanila ang ilang mga kapitbahay.

"Gago na kung gago! At least hindi ako katulad n'yo! Mas mabuti nang maging gago at walang kuwenta ako, kaysa maging katulad n'yoooo!"

Sinabunutan siya ng babae at kinaladkad hanggang sa gitna ng daan. "Mula ngayon hindi ka na miyembro ng pamilyang ito! Maghukay ka na ng libingan mo dahil mamamatay ka na sa gutom dito!"

Hindi na kinaya ng kanyang aso ang nakikita. Nagwala na ito hanggang sa masira nito ang kulungan saka tumakbo patungo sa kanya. Inawat lang niya ito para hindi kagatin ang ina.

"Tara na, brother! Aalis na tayo sa impiyernong ito! Hindi ako kawalan sa inyo! Tandaan n'yo 'yan! Nirespeto at ginalang ko kayo sa mahabang panahon kahit palagi n'yong sinisira ang pagkatao ko! Kahit kelan hindi ako nagkulang sa inyo! Kung gusto n'yong makaahon sa hirap, turuan n'yo nang mabuti 'yang mga anak n'yo para hindi lumaking magnanakaw! 'Yan na lang ang pag-asa n'yo, ha! Iyan na lang!"

Saka niya tinalikuran ang ina at naglakad na palayo kasama ang kanyang aso. Hindi na niya pinakinggan ang mga sumunod na sinabi nito. Binilisan na lang niya ang paglakad hanggang sa tuluyang makalayo.

Ngunit nang gabing iyon, sa lansangan na lang din tumira si Gerald. Wala na siyang ibang malalapitan. Nahihiya naman siyang lumapit sa mga sosyal na amo niya sa trabaho dahil hindi niya ka-close ang mga ito. Pinapasahod lang sila roon pero sa oras ng problema wala rin silang mapapala sa mga ito.

Ang tanging kasama lang niya sa malamig na gabing iyon ay ang kanyang German Shepherd. Umiiyak siya sa harap nito. Halos bahain na ng luha ang inuupuan niya. Sukdulan na ang galit na bumabalot ngayon sa buong pagkatao niya.

"Brother, may hihingiin akong pabor sa 'yo..."

Tumitig nang diretso sa kanya ang aso na para bang naghahanda ito sa susunod na sasabihin niya.

"Di ba sabi ko sa `yo hindi na tayo maghihiwalay? Ito na ang itinakdang araw, brother. Gusto kong kainin mo ako. Ubusin mo ang katawan at laman ko. Para habang buhay na akong nasa loob mo at hindi na tayo maghihiwalay..."

Noong una ay nag-aalinlangan pa ang aso sa inuutos niya. Pero pinilit niya ito. Lahat ng eating sign na itinuro niya rito ay sinenyas na niya sa kanyang mga kamay, saka niya itinuro ang kanyang sarili.

Sinesenyasan niya itong kainin siya. Ayaw pa ring sumunod ng aso. Kaya naman sa paglipas ng sumunod na mga araw ay hindi na niya ito pinakain. Hinayaan niya itong maglaway sa gutom hanggang sa mabaliw na ito.

Saka niya ito inutusan muli na kainin siya. Sa pagkakataong iyon, kinagat na siya ng sariling alaga. Napasigaw siya sa sakit. Halos madurog ang mga buto niya sa tindi ng pagkagat nito. Pero hinayaan lang niya. Tiniis niya.

Pinakain na nga ni Gerald ang kanyang sarili sa alagang aso. Tumagal ng mahigit tatlong oras bago nito naubos ang kanyang katawan. Busog na busog ang aso at halos pumutok na ang tiyan nito.

Nang mga sumunod na araw, mag-isa na lang gumagala sa lansangan ang German Shepherd. Wala na ang amo niya. Nasa loob na ito ng kanyang sikmura. Habang buhay na itong naroroon at hindi na sila maghihiwalay pa.

Hanggang sa bigla na lang manigas ang katawan niya. Nangisay siya sa lupa at nagsuka ng dugo. Napaungol ang aso nang makaramdam ng labis na sakit sa tiyan.

Unti-unting lumobo ang tiyan nito. Lumobo nang lumobo hanggang sa mabutas iyon at lumitaw ang isang agnas na mukha. Kahawig niyon ang mukha ng pinakamamahal niyang amo.

Pagkatapos niya itong kainin ay unti-unti itong tumubo sa kanyang katawan. At ngayon ay lumabas na ang ulo nito sa kanyang tiyan. Naging karugtong na iyon ng katawan ng aso.

Natupad ang sinabi sa kanya ng amo bago nito ipakain ang sarili. Habang buhay na silang magkasama at literal nang hindi maghihiwalay.

Nagsalita ang ulo. "Kainin mo na sila... Kainin mo na sila..." mabagal at malalim ang boses nito. Parang nagmula sa ilalim ng hukay.

Habang kumakain naman sina Aling Tesang ay biglang nasira ang kahoy na pinto nila. Napatayo silang lahat nang makita ang pagbabalik ng alagang aso ni Gerald. Mas lumaki ang katawan nito. Mas naging bayolente.

Ang isa pang napansin nila ay ang paagnas na ulong nakadugtong sa tiyan nito. Gumagalaw-galaw pa ang mga mata niyon at nakabuka ang bibig. Binalot ng pagkasindak ang kanilang anyo nang mapagtantong ulo iyon ni Gerald!

Hindi nila maintindihan kung ano ang nangyayari. Patuloy lamang sila sa pagsigaw. Wala na silang ibang malulusutan.

Lumundag ang dambuhalang aso at sumalakay sa kanila. Nagkagulo sa loob ng bahay. Parang dinaanan ng giyera. Maraming mga gamit ang nawasak sa paligid. Maraming mga dugo at laman ang dumanak sa sahig.

Ang German Shepherd ay naglalaway pa habang nilalapa ang katawan ng buong pamilya. Lahat ng mga ito ay may mga kagat na sa leeg at wakwak na ang tiyan. Isa-isa na lang nitong inuubos ang lamang-loob ng mga ito.

Hindi na kinaya ng aso ang labis na kabusugan. Nang magsawa ay iniwan na nito ang mga bangkay na halos ulo at spinal cord na lang ang natira. Naubos silang buong pamilya. Walang natira.

Makalipas ang ilang linggo, tumubo naman sa iba pang bahagi ng katawan ng German Shepherd ang ulo nina Tesang, Burdugoy, at tatlong anak nila. Medyo agnas na ang mukha ng mga ito pero may buhay pa rin.

Nagsasalita ang mga ito pero wala nang maintindihan sa mga sinasabi nila. Para bang lumilikha na lang sila ng sarili nilang lenguwahe. Ganoon na rin si Gerald. Hindi na rin maunawaan ang mga lumalabas sa bibig nito.

Ang aso naman ay bigat na bigat na sa katawan habang naglalakad. Nasa loob na ng katawan nito ang buong pamilya. Kumpleto na sila.

Lahat ng mga taong madaanan ng German Shepherd ay napapatakbo sa sobrang takot. Kinatakutan ang asong ito na may mga ulo ng tao sa katawan. Kumalat na rin ito sa internet at naging subject sa mga paksang kababalaghan.

Kung dati, si Gerald ang naghihirap sa mundo ng kanyang pamilya. Ngayon, ang mga ito na ang nasa loob ng malagim niyang mundo. Habang buhay na silang magkakasama roon. Hinding-hindi na magkakahiwalay pa.

Wakas

Ghost Butterfly

Isang araw iyon nang makauwi ng bahay ang batang si Mitch. Bigla na lang itong sinundan ng isang asul na paro-paro. Palagi itong dumadapo sa balikat niya. Kahit saan siya pumunta ay parang may isip na sumusunod din ito.

Noong una natakot dito ang mga magulang niya at muntik na nila itong mapalo ng tsinelas. Pero nang makita ng mga ito kung gaano siya kasaya kasama ang paro-parong iyon, hinayaan na lang din siyang alagaan ito.

Nang sumunod na araw, pagkauwi ni Mitch galing sa school ay nasa balikat muli nito ang asul na paro-paro. Dito na nagtaka ang mga magulang niya.

"Saan ba galing ang paru-parong iyon?" takang tanong ni Emily sa asawa. "Hanggang ngayon hawak pa rin ng anak natin?"

"Aba, malay ko! Wala naman akong alam sa paro-paro, eh. Baka nagustuhan lang ang bata," hindi siguradong sagot ni Kardino.

"Paanong nagustuhan? May utak ba ang mga paro-paro para sundan nang ganyan katagal ang isang bata?"

"Bakit sa akin mo nga tinatanong malay ko ba d'yan! I-research mo na lang o kaya itanong mo sa kapitbahay!" supladong sagot ni Kardino saka tinalikuran ang asawa para kumuha ng beer sa refrigerator.

Habang kausap ni Emily ang kapitbahay na dumalaw sa kanila kinabukasan, pasimple nilang pinagmamasdan si Mitch na nakaharap sa TV. Nilalaro pa rin nito ang paro-paro.

Ayaw namang umalis ng paro-paro sa tabi nito. Panay ang paglipad nito at pinalilibutan ang bata na parang reyna. Pagkatapos ay dadapo ito sa balikat ng bata habang ipinapaspas nang kaunti ang mga pakpak.

Dahil sa nakikita, parang gusto na nilang maniwala na may pambihirang utak ang paro-parong ito. Lahat naman ng insekto ay may maliliit na utak at puso sa kanilang katawan. Pero iba ang isang ito.

Ito pa lang yata ang paro-parong nakita nila na nakikipaglaro o interact sa isang bata. Hindi ito puwedeng sabihin na nagkataon dahil tatlong araw na itong nasa tabi ni Mitch. Tuwing tatanungin naman nila ang bata, ito mismo ang nagsasabi na ang paro-paro daw ang kusang sumusunod dito.

Lumalayo lang daw ito kapag papasok na siya sa iskuwelahan. Ngunit sa kanyang paglabas, awtomatikong lilipad pabalik sa kanya ang paro-paro at muling dadapo sa kanyang balikat.

Dahil wala namang nagagawang kahit anong harm ang butterfly na ito kay Mitch, hinayaan na lang nilang makipaglaro dito ang bata. Mas mabuti na ang ganoon. At least nalilibang ang bata kahit nasa loob lang ito ng bahay.

Hindi na nito kailangang lumabas at makipaglaro sa maruruming mga bata roon. At least ngayon, hindi na napapagod si Emily sa kakasaway sa anak na huwag makikipaglaro sa maruruming bata. Dahil sa bagong kaibigan nitong paro-paro, ni hindi na ito lumalabas ng bahay pa.

Pagsapit ng gabi, sinubukang silipin ni Emily ang bata sa silid nito. Nakita niyang mahimbing na ang tulog nito. Ang paro-paro naman ay nakadapo sa lamesa nito at nakatupi ang pakpak na parang natutulog din.

Kinaumagahan naman, habang nagluluto siya ng agahan ay nakita niyang lumabas ng kuwarto si Mitch. Sa kusina ito dumiretso para magmumog ng tubig. Tulad ng kanyang inaasahan, nasa balikat na naman nito ang paro-paro.

Habang nakatalikod sa kanya ang bata ay matagal niyang pinagmasdan ang asul na paro-paro. Wala naman siyang napansing kakaiba rito maliban sa doble ang laki nito kumpara sa normal na paro-paro.

Pagkatapos magmumog ng bata, dumiretso naman ito sa sala para manood ng sinusubaybayan nitong cartoons tuwing weekend.

Napansin niya, mula nang maging kaibigan ni Mitch ang paro-parong iyon ay hindi na ito lumalabas ng bahay lalo na tuwing walang pasok. Hindi na ito nangungulit sa kanya na makipaglaro sa labas.

Palagi nitong inuubos ang oras sa pakikipaglaro sa paro-parong iyon. Natuwa naman dito si Emily. Pero at the same time, medyo nabahala rin siya.

Hindi na nga mahilig lumabas ang bata, tila ayaw na rin nitong pumasok sa iskuwelahan. Ang gusto lang daw nitong gawin palagi ay samahan ang kaibigan nitong paro-paro.

Kung dati-dati, pinagagalitan niya ang bata sa pangungulit na makalabas ng bahay, ngayon naman pinagagalitan niya ito sa ayaw nitong pagpasok. Kada umaga ay halos nauuubusan ng boses si Emily sa kakasaway sa anak para lang mapasunod itong pumasok.

Doon na siya nabahala. Sinabi na rin niya ito sa asawa. "Hindi na normal ang lagay ng anak natin. Ayaw na niyang pumasok dahil lang sa paro-parong iyon!"

"Ikaw naman, para doon lang, eh. Pagsabihan mo na lang kasi hindi mo kailangang sumigaw araw-araw!" sita sa kanya ni Kardino.

"Hindi mo kasi naiintindihan dahil palagi kang wala rito sa bahay. Alam mo may sinabi sa akin kahapon 'yang si Mitch. Kaya ayaw na raw niyang pumasok ay dahil inutusan daw siya ng paro-parong iyon!"

"Ano?" Nangunot ang noo ni Kardino sa narinig.

"Nakakausap daw niya' yong paro-paro! Ito raw ang nagsabi sa kanya na huwag na raw siyang pumasok sa school dahil wala naman daw siyang mapapala roon. Dito na lang daw sila maglaro lagi sa bahay para lagi rin siyang masaya! Sa tingin mo ba, normal pa ba iyon?" nanlalaki ang mga matang saad ni Emily.

"E, ba't pinoproblema mo pa 'yan? Eh, di patayin mo 'yong paro-paro! Paluin mo ng tsinelas!"

Napaisip si Emily. Mukhang tama nga naman ang lalaki. Hindi na dapat niya pinoproblema ang bagay na iyon. Isang tsinelas lang naman ang katapat nito para mawala sa landas ng bata.

Nagulat sila nang biglang marinig ang boses ni Mitch. Nasa likuran na pala nila ito at nakikinig. Nakita nila sa mukha ng bata ang matinding galit.

"Hindi ako papayag na patayin n'yo ang friend ko!"

Nagulat sila sa sinabi nito. Pati ang paraan ng pananalita ng bata ay nag-iba. Parang sinapian ito ng kung anong elemento.

Nakita nilang nasa balikat pa rin nito ang paro-paro.

"Mitch, itapon mo na 'yang butterfly na 'yan! Itigil mo na 'yan!" sita ni Emily sa anak.

"Kung papatayin n'yo lang ang kaibigan ko, aalis na kami rito! Mga wala kayong kuwenta!"

Pareho silang nagulat ng asawa sa sinabi ng bata. Saka ito tumalikod at padabog na lumabas ng bahay. Agad nila itong sinundan.

Nagsimula nang manghingi ng tulong si Emily dahil ayaw nang makinig ng bata sa kanila. Para itong nababaliw na nagwawala sa labas habang tumatakbo.

Hinabol nila ito nang hinabol hanggang sa mapadpad sila sa simbahan. Sa sobrang bilis tumakbo ng bata ay hindi na nila ito nasundan sa loob.

Hanggang sa makita na lang nila itong nasa tuktok na ng simbahan. Napasigaw si Emily at sumigaw ng saklolo. Nagkumpulan na rin ang mga tao sa labas. Ang iba ay sinundan ang bata sa loob.

Ngunit bago pa nila ito abutan, tuluyan nang tumalon si Mitch sa kinalalagyan. Bumagsak ang katawan nito sa harapan mismo ng mga magulang nito.

Pumutok ang ulo ng bata at sumabog ang dugo sa paligid. Lasog-lasog ang mga buto nito at tabingi na rin ang leeg.

Hindi kinaya ni Emily ang nakita. Sa labis na emosyon ay nahimatay ito at sinalo lamang ng mga tao para hindi tuluyang matumba sa lupa.

Si Kardino naman ang humagulgol ng iyak at niyakap ang bangkay ng bata. Hindi na nila napansin ang paglipad ng paro-paro palayo sa lugar na iyon. Nagbalik ito sa mga halaman sa isang kakahuyan at doon nagparami ng lahi.

Makalipas ang ilang buwan, nagtaka ang mga tao sa pagkalat ng mga asul na paro-paro sa bayan nila. Nagulat na lang sila dahil sa pag-uwi ng kanilang mga anak, may paro-paro nang kasama ang mga ito sa balikat nila.

Ayaw umalis ng paro-paro. Kahit saan magpunta ang batang dinapuan ay sinusundan nila ito. Marami ang nagtaka. Marami ang namangha. Ngunit marami rin ang nabahala.

Habang tumatagal kasi, nagbabago raw ang behavior ng mga batang dinapuan ng paro-parong ito. Ayaw na nilang lumabas ng bahay o pumasok sa iskuwelahan. Lagi nilang sinasabi na inuutusan daw sila ng paro-paro na huwag nang lumabas at makihalubilo sa tao.

Doon nagkaroon ng takot ang marami sa mga asul na paro-parong iyon na diumano'y may kakayahang makipag-communicate sa mga bata.

Kapag umabot na ng dalawang linggo, doon tuluyang mababaliw ang mga batang biktima. Bigla silang magwawala sa labas at hahanap ng paraan kung paano papatayin ang sarili nila.

Ang iba tumalon sa mga building gaya ni Mitch. Ang iba nilunod ang sarili sa ilog. Ang iba nagpasagasa sa mga sasakyan. At ang iba sinaksak ang sarili sa kanilang mga tahanan.

Sa isang malawak na kakahuyang iyon, makikita ang mga asul na paro-paro na abala sa pagpaparami ng lahi. Tinawag sila ng mga eksperto bilang G-Butterfly na ang ibig sabihin ay Ghost Butterfly.

Maihahalintulad sila sa imaginary friend ng mga bata na pinaniniwalaan ng marami na isang multo. Tulad ng imaginary friend, may kakayahan ang mga ito na makipaglaro at makipag-usap sa mga bata. Ang pinagkaiba lang, inuutusan nila ang mga batang ito na magwala, magrebelde at magpakamatay kapag malapit nang maabot ng paro-parong iyon ang life expectancy nito na kadalasang umaabot ng dalawang linggo. Itinuring salot sa kanilang lugar ang mga G-Butterflies na habang tumatagal ay lalo pang dumadami.

Wakas

The Black Dream

Napagod na sa kalalakad si Chino kaya pinasok na lang niya ang isang Ministop na nadaanan sa lugar na iyon. Medyo bata pa ang gabi kaya marami pang tao sa loob. Ang iba nakapila sa counter, ang iba naman abala sa pamimili ng mga snacks.

May apat na upuan sa branch na iyon. Dalawa sa bandang kaliwa at dalawa rin sa bandang kanan. Doon siya pumuwesto sa bandang kaliwa dahil iyon na lang ang may isang upuan na bakante.

Pagkaupo niya sa puwesto, palihim niyang nilingon ang katabing lalaki na makapal ang suot na jacket, nakayuko at nakapikit ang mga mata. Nang makumpirmang wala sa kanya ang atensyon nito, sinamantala niya ang pagkakataon.

Inilabas niya ang ninakaw na cellphone sa isang babae kanina sa Caloocan. Isa si Chino sa mga kawatan na gumagala sa maraming tao para mandukot ng pera, pitaka, gadgets o anumang bagay na mapakikinabangan nila.

Ngunit sa pagkakataong iyon, naisipan niyang magnakaw ng isang cellphone para sa sarili niya. Hindi na kasi sapat ang kanyang kinikita sa pagnanakaw. Halos lahat ay napupunta lang sa pagkain ng kanyang pamilya, pambayad sa bahay at gatas ng kanyang anak.

Walang natitira sa kanya na iipunin sana niya na pambili ng bagong cellphone. Kaya naisipan niyang magnakaw na lang.

Buti na lamang at may natiyempuhan siyang isang babae kanina. Nagustuhan niya ang cellphone nito kaya gumawa siya ng paraan kung paano ito makukuha.

Ang layo rin ng tinakbo niya. Tiwala siyang hindi na siya masusundan ng babae sa lugar na ito. Kinalikot niya ang settings ng cellphone para malaman kung anong klaseng unit iyon. Mabuti na lang ay wala itong password.

Samsung Galaxy S21 Ultra ang nakalagay sa settings. Nang malaman niya kung magkano ang original price niyon, nanlaki ang mga mata niya sa gulat. Napakapalad naman niya at nakapagnakaw siya ng ganoon kamahal na phone.

Itinago rin niya ito agad dahil mahirap na at nasa public places pa siya. Mamaya na lang niya ito kakalikutin ulit kapag nakauwi na ng bahay.

Habang nagpapalipas ng oras sa kinauupuan, bigla naman siyang ginulat ng katabing lalaki na bigla na lang bumagsak ang ulo sa lamesa. Ganoon na lang yata katindi ang pagod nito at nakatulog na sa kinauupuan.

Sa buong buhay niya, hindi pa niya naranasang makatulog nang nakaupo. Pati na rin iyong mga nakakatulog sa Jeepney.

Matagal niyang pinagmasdan ang lalaki. Tulog na tulog na nga ito. Pinagmasdan niya ito mula ulo hanggang paa. Napansin niyang tila mamahalin ang suot nitong jacket. May bag din ito na halatang galing pa sa ibang bansa.

Kung hindi lang matao sa loob ng Ministop na iyon, hindi siya magdadalawang isip na pagnakawan ang lalaking ito habang masarap pa ang tulog.

Pinagmasdan lang niya ito habang naghahanap ng pagkakataon kung paano ito mapagnanakawan. Siguradong marami itong mga bagay sa bag nito na maaari niyang mapakinabangan.

Ilang minuto ang lumipas, biglang nagising ang lalaki at mabilis na inangat ang ulo. Nagulat din siya roon. Nanaginip yata ito nang masama at ganoon na lang ang paggising nito.

Luminga-linga ito sa paligid hanggang sa magtagpo ang kanilang mga mata. "Ito na ba ang modernong panahon?" wika nito sa kanya.

Nawirduhan siya sa lalaki. Inisip niyang baka nakainom ito o nakatira lang ng kung anong droga. Sinagot din naman niya ito. "Ano ba sa tingin mo?"

"Paumanhin, Ginoo, kung naabala ko kayo. Ngunit sana'y masagot n'yo ang aking katanungan. Ito na ba ang modernong panahon? Maaari ko bang malaman kung anong taon na ngayon?"

"2022 na. Bakit?"

"2022?" Halatang gulat na gulat ang lalaki. "Parang ang layo naman yata ng nalakbay ko! Sa pagkakatanda ko, 1855 ako nabuhay rito sa mundo! Napakalayo naman talaga ng aking narating! Hindi ako makapaniwala!"

Sa sinabing iyon ng lalaki, kumbinsido siyang gumagamit nga siguro ito ng bawal na gamot. "Pare, pigilan mo ang sarili mo. Huwag kang magwawala rito."

"Ano ba ang sinasabi mo?" pati ang lalaki ay nagtaka na rin sa kanya.

"Pare, nagbibiro ka ba o ano? Kanina ang sarap ng tulog mo d'yan. Tapos bigla mong sasabihin 'yan?"

"Paumanhin muli, Ginoo. Ngunit hindi ko alam kung paano ko ipaliliwanag sa iyo ito. Lalo na't base sa iyong tinig, mukhang hindi ka naniniwala sa akin, o maaaring ako'y pinagtatawanan mo lamang."

Naisipan niyang sakyan na lang ang lalaki. Titingnan niya kung hanggang saan ang biro nito. "Sige ba. Magkuwento ka na lang. Ano ba ang nangyayari kasi sa `yo?" tanong niya rito.

Bahagyang inilapit ng lalaki ang mukha sa kanya. Medyo nailang tuloy siya. Akala kasi niya ay hahalikan siya nito.

"Bago ang lahat, nais ko lang magpakilala sa iyo, Ginoo. Ako si Maria Mercedes Policarpio. Gaya ng sinabi ko kanina, nabuhay ako noong 1855 at nandito ako ngayon sa inyong panahon. Sa 2022 na sinasabi mo."

"Oh tapos?" hindi kumbinsidong sagot niya.

"Nais ko lang sabihin na mukhang nagtagumpay ako sa plano ko! Nagawa kong makarating dito!"

"Oh, tapos?"

"Hindi ko alam kung paano ko ipaliliwanag sa iyo ito. Pero sa tingin ko, ipapakausap ko na lamang sa 'yo ang taong nagmamay-ari sa katawang ito ngayon…"

Biglang nakatulog muli ang lalaki sa lamesa. Makalipas ang ilang sandali ay nagising ito na parang walang nangyari at lumingon sa kanya.

"Ikaw ba 'yung nakausap ko kanina, pare?"

"O, bakit?" matipid na sagot niya, hindi na alam kung paano pa ito kakausapin. Mukhang may sayad yata sa utak ang taong ito.

"Sorry, ha? B-baka iniisip mong baliw ako dahil sa nakita mo kanina. Pero maniwala ka, bro. Totoo 'yun!"

"Ano ba kasi ang nangyayari talaga?"

"Sinubukan ko lang kasi 'yung sinasabi nilang Lucid Travel. Parang katulad din ito ng Lucid Dream pero ang pinagkaiba, maaari kang maglakbay sa nakaraan sa pamamagitan ng Lucid Travel!"

Naguluhan si Chino sa narinig. Napilitan siyang gamitin ang ninakaw na cellphone para i-research ang sinabi ng lalaking ito.

Ayon sa nabasa niya, ang Lucid Travel ay isang uri ng panaginip kung saan maaaring mag-time travel ang isang tao sa nakaraan o hinaharap. Isa itong rare type of dreams na napakabihira lamang dumapo sa mga tao.

"Alam mo ba, limang taon akong nag-practice para lang matuto kung paano mag-Lucid Travel!" pagmamalaki pa ng lalaki. "Pero sabi nila, hindi naman daw lahat ng natututo nito ay inaabot ng taon. Depende pa rin iyon sa kakayahan ng isang tao. May iba rin na inaabot lang ng ilang araw o linggo para matutunan ito."

"Gaano katotoo 'yang sinasabi mo?" sagot niya rito, pinipilit pa rin ang sarili na maka-relate sa topic na iyon kahit medyo inaantok na siya.

"Nakita mo naman siguro 'yung nangyari kanina 'di ba? Ibang tao ang nakausap mo! Pero alam mo ba kung sino iyon? Iyon mismo ang kauna-unahan kong pagkatao na nabuhay rito sa mundo bago ako ma-reincarnate bilang ganito ngayon! Maria Mercedes Policarpio pala ang dati kong pangalan at pagkatao. Babae pala ako sa past life ko!"

"Talaga?" sagot niya na kunwari ay interesado sa usapang iyon.

"Oo! Maniwala ka! Sa pamamagitan ng Lucid Travel, nagawa kong maglakbay sa nakaraan kung saan ibang tao pa ako! Ganoon kalayo ang narating ko! At hindi lang iyon. Nagawa ko ring dalhin ang pagkatao kong iyon dito sa kasalukuyan, at ikaw pa nga ang nakausap ko kanina 'di ba?"

"Oo nga, eh!" matipid na sagot muli niya. Hindi na niya alam kung paano ito kakausapin. Parang gusto na niyang lumabas ng Ministop. Wala talaga siyang gana sa ganitong mga uri ng usapan.

"Ayaw mong maniwala, ano? Mas mabuti siguro kung subukan mo na lang sa sarili mo para malaman mo kung totoo o hindi. Simple lang naman ang mag-Lucid Travel. Kailangan, pumunta ka lang sa maiingay na lugar. Siguraduhin mo na maraming tao sa paligid mo. Maingay. At makulay. Kapag nandoon ka na, subukan mo namang matulog. Alam ko mahirap. Pero iyon lang talaga ang proseso. Kailangan mong makatulog sa gitna ng maingay at maraming tao. At habang nagpapaantok ka, isipin mo na dapat kang managinip oras na makatulog ka. Kapag nagawa mo iyan, pansamantalang hihiwalay ang kaluluwa sa katawan mo at magagawa mo nang makapag-time travel gaya ng ginawa ko kanina!"

Ewan ba niya ngunit sa pagkakataong iyon, parang nakuha na ng paksang iyon ang atensyon niya. Hindi lang niya pinahalata sa lalaki. Pero sa isip-isip niya, parang gusto na rin niya itong subukan.

Nang magtapos ang pag-uusap nila, nagkaroon na rin siya ng pagkakataong makalabas ng Ministop. Kumaripas muli siya ng takbo hanggang sa marating ang sakayan ng jeep pauwi sa kanila.

Habang nasa biyahe, ilang beses pang nag-ring ang cellphone na ninakaw niya. Tila tinatawagan na ito ng may-ari. Pero hindi niya sinagot.

Nag-text pa nga ito gamit ang ibang numero. At ang sabi sa text: "Kung sinuman po ang nakapulot nitong phone, please lang po pakibalik na lang sa akin. Kailangan na kailangan ko po ito. Nandito po ang lahat ng important files ko sa school. Nandito rin po ang thesis ko. Lahat po 'yan kailangan ko para makapasa. Sana naman po kung sinuman ang nakakuha nito, maawa naman po kayo sa akin at sana mabasa n'yo ito."

Binura din niya agad ang text na iyon. Ini-set niya sa flight mode ang cellphone saka pinagbubura ang lahat ng nasa inbox at contacts. Nang makauwi sa bahay, itinapon na niya ang dalawang sim na naroroon at ipinalit ang sim niya.

Binuksan din niya ang mahahalagang files na sinasabi ng text kanina. Karamihan ay related sa thesis at mga project ng may-ari sa school. Pinagbubura din niya ang mga iyon. Siya na yata ang pinakamasamang tao dahil sa ginawa niyang iyon.

Nang mabihisan na niya ng bagong anyo ang cellphone, saka niya inalala muli ang sinabi ng lalaki kanina sa Ministop tungkol sa Lucid Travel. Nakuha niyon ang atensyon niya. Ang dami rin kasi niyang mga bagay na gustong balikan sa nakaraan.

Wala naman sigurong masama kung susubukan. Kaya sa mga sumunod na araw, pinilit niyang mag-ensayo na makatulog sa gitna ng maingay na lugar at maraming tao. Sinunod lang niya ang instructions na binigay ng lalaki.

Inabot siya ng halos dalawang linggo sa pag-eensanyo ngunit wala pa ring progress na nangyayari. Ang hirap naman kasi talagang matulog sa gitna ng maraming tao at maingay na paligid. Maliban na lang kung uminom siya ng pampatulog.

Hanggang isang araw, naisipan niyang gumala muli dala ang bago niyang cellphone na galing sa nakaw. Inabot siya ng gabi sa pamamasyal.

Nang makaramdam ng antok, sinamantala niya ang pagkakataon para gawin muli ang Lucid Travel. Naghanap siya ng puwesto na maraming tao, maliwanag na paligid. Nakakita siya ng isang Ministop sa nadaanan niya.

Doon siya pumasok at tumambay. Sa kanyang kinauupuan ay iniyuko niya ang ulo, ipinikit ang mga mata, itinatak sa isip na kailangan niyang managinip sa gabing iyon. Ipinokus niya ang isip sa natatanging goal na nais makamit.

Inabot ng dalawang oras bago siya nakatulog sa kinauupuan. Laking gulat na lang niya nang makita ang sarili na nakaupo at tila mahimbing ang tulog. Pinagmasdan niya ang paligid. Mukhang matagumpay ang ginawa niya.

Nailabas na niya ang kaluluwa sa katawan. Maaari na siyang maglakbay sa anumang panahon na naisin niya.

Nakita niyang maraming tao sa paligid na tila walang kaalam-alam sa ginagawa niya. Ganoon pala ang pakiramdam na maging isang kaluluwa. Sobrang bigat ng katawan niya na parang hindi niya maihakbang ang mga paa. Pakiramdam din niya, para siyang nakatayo sa gitna ng dagat. Sa madaling salita, nakalutang sa lupa.

Napaisip siya. Ano kayang buhay ang meron siya in the next 10 years? Magiging magnanakaw pa rin ba siya o mag-iiba na ang kapalaran? Sinubukan niyang maglakbay sa hinaharap.

Ngunit nagtaka siya sa nakita. Puro apoy lang ang sumasalubong sa kanya sa paligid. Parang nasa ibang planeta siya. Sinubukan naman niyang maglakbay sa nakaraan.

Doon biglang nag-iba ang paligid niya. Tuwang-tuwa siya habang isa-isang binabalikan ang masasayang pangyayari sa kanyang buhay bago siya pumasok sa illegal na gawain.

Parang ayaw na niyang umalis doon. Parang gusto niyang ibalik muli ang nakaraan kung saan masaya pa siya at walang pinoproblema.

Kung gaano siya katagal naglalakbay sa nakaraan ay hindi na niya alam. Hanggang sa bigla na lang siyang nakaramdam ng pananakit sa likod ng ulo at braso. Pabigat nang pabigat ang pakiramdam niya na para siyang hinihigop sa kailaliman.

Hanggang sa hindi na niya napigilan ang kakaibang puwersa na humihila sa kanya pabalik. Nang makabalik sa kasalukuyan, laking gulat niya nang makita ang sarili na inilalabas sa Ministop. May tama ng bala ang kanyang ulo at braso.

Kitang-kita niya kung paano magwala ang lalaking pumasok doon at bumaril sa kanya. Saka nito dinampot ang cellphone na pag-aari ng kapatid nito.

Ayon sa lalaki, nagpakamatay raw ang kapatid nitong babae dahil sa pagkawala ng cellphone nito kung saan nakatambak ang lahat ng mahahalagang files nito sa pag-aaral. Nandoon din ang mga password nito at access sa mga bank account.

Hindi matanggap ng lalaki ang ginawang pagpapatiwakal ng kapatid kaya hinanap nito ang nagnakaw sa cellphone ng babae. Nakipagtulungan pa ito sa isang hacker para lang matunton ang kinaroroonan ng cellphone.

At sa labis na emosyon, hindi nakapagpigil ang lalaki na barilin siya sa loob mismo ng Ministop. Kung kailan hawak-hawak na ito ng mga pulis, saka pa lang nito napagtanto ang nagawa nitong krimen at nagmakaawa.

Siya naman, halos maiyak na lang habang nakalutang pa rin sa lupa ang kaluluwa. Paano pa siya makakabalik sa katawang-lupa niya kung wala na itong buhay? Kahit anong gawin niya ay hindi na siya makapasok dito.

Nang mapagtanto ni Chino na habang buhay na siyang mawawala sa mundo, isang malakas na sigaw ang pinakawalan niya. Isang sigaw na nagdala sa kanya sa hinaharap. Nakita niya ang sarili na nasusunog sa dagat ng apoy!

Wakas

Hell Elevator

Hindi na alintana ni Puroy ang mga paninda sa palengke na nasagi niya habang kumakaripas ng takbo. Ang mahalaga ay matakasan niya ang mga pulis na kanina pa humahabol sa kanya.

Matagal nang wanted sa batas si Puroy dahil sa patung-patong na kaso kabilang na ang pagnanakaw, panggagahasa at pagbebenta ng bawal na gamot.

Ngayon ay wala na siyang malalapitan. Lahat ng mga kakilala at kamag-anak niya ay umiiwas na sa kanya. Pati ang mga kasamahan niya sa illegal na mga gawain ay nilaglag na rin siya.

Dumating na ang araw na hindi niya inaasahan, kung saan bigla na lang mang-iiwan sa ere ang lahat ng mga taong inaakala niya'y mapagkakatiwalaan.

Wala na siyang kailangang gawin kundi ang tumakas, magtago at tumakbo. Isang buwan din siyang nagtago rito sa Maynila bago may nakakilala sa kanya at isinuplong sa mga pulis.

Dahil sa panlalaban niya kanina, napilitan na ang mga ito na paputukan siya ng baril. Mabuti na lamang at mabilis siyang kumilos kaya hindi pa rin siya natatamaan. Pero nanganganib pa rin ang buhay niya.

Hinding-hindi siya papayag na makulong. Kapag nangyari iyon, para na rin siyang nagpatalo sa laban. Iyon pa naman ang pinakaayaw niyang mangyari sa kanya—ang matalo. Kaya naman kahit wala nang pag-asa ang buhay niya, pinipilit pa rin niyang lumaban para lang magmukhang panalo, kahit pa sa illegal na paraan.

Isang abandonadong gusali ang nadaanan niya habang tumatakbo. Dito niya naisipang lumiko upang iligaw ang mga pulis. Luminga-linga siya sa paligid. Wala siyang ibang nakita roon kundi mga sirang pinto, bintana at isang elevator sa bandang gitna. Nagtaka pa siya dahil umiilaw pa ang pindutan nito. Nangangahulugang gumagana pa iyon.

May hagdan din sa bandang kaliwa ngunit wasak-wasak na ito at malabo nang madaanan. Puro mga alikabok at sapot na lang ng gagamba ang namamahay sa loob. Kahit isang gamit na magpapatunay na dating inookupa iyon ng tao ay wala.

Tamang-tama lang ang gusaling ito. Puwede niya itong pagtaguan ng ilang araw habang nag-iisip kung saang lugar naman siya lilipat. Habang naghahanap ng puwesto na mapagtataguan doon ay bigla niyang narinig ang sasakyan ng mga pulis.

Laking gulat niya dahil nasa harapan na ng gusali ang mga ito. Hindi niya inakalang nasundan pa pala siya kahit ang bilis na ng itinakbo niya kanina.

Sobrang bilis din kumilos ng mga ito. Agad nilang pinalibutan ang gusali at tatlo sa kanila ang pumasok para hulihin siya.

Sa pagkakataong iyon wala na siyang matatakasan. Napilitan siyang pindutin ang button ng elevator hanggang sa magbukas ito. Mabilis siyang pumasok sa loob at pinindot ang magpapasara sa pinto.

Nakita niya ang reaksyon ng mga pulis. Tila gulat na gulat ang mga ito sa ginawa niya. Nagtaka nga siya kung bakit hindi man lang nagpaputok ang mga ito kaninang bukas pa ang pinto ng elevator. Pagkakataon na sana nila iyon para mapatay siya pero hindi nila ginawa.

Ano kaya ang dahilan? Wala nang oras si Puroy para alamin pa. Ang mahalaga sa kanya ngayon ay makapagtago sa mga ito. Habang umaakyat ang elevator ay nag-iisip na siya ng susunod na hakbang. Napalingon siya sa kanyang likuran kung saan may transparent na salamin kaya nakikita niya ang nasa labas niyon. Doon siya humarap at nag-isip.

    Balak niyang tumalon na lang sa ikalawang palapag para iligaw muli ang mga ito. Marami pa naman siyang matatakbuhan sa labas. Kung tutuusin hindi na niya kailangang sumakay pa rito sa elevator para lang umakyat at sa taas tumalon. Dahil sa paligid pa lang ay marami nang butas ang mga pader na puwede niyang lusutan. Siguro ay napangunahan lang siya ng kaba kanina kaya hindi na alam ang ginagawa.

    Di nagtagal, nagtaka na siya kung bakit hindi pa rin humihinto sa pag-akyat ang elevator. Ang second floor button lang ang pinindot niya pero nakakarating na ito ngayon sa third floor.

    Hinintay na lang niyang magbukas ang elevator anumang sandali. Pero hindi iyon nagbukas. Patuloy pa rin iyon sa pag-akyat hanggang sa makarating na sa fifth floor. Doon na siya kinabahan. Wala na yatang balak huminto ang elevator. Kung anu-anong mga button na ang pinindot niya para mapahinto ito ngunit tila nawawala na ito sa sariling katinuan.

    Habang tumatagal din ay bumibilis ang pag-akyat nito. Ramdam na niya ang kaunting pagkahilo. Nagsimula na ring kumislap-kislap ang mga ilaw sa loob. Parang di magtatagal ay papalpak na yata ang elevator na ito. Kung bakit kasi naisipan pa niya itong sakyan. Hindi talaga siya nag-iisip.

    Pati yata ang matapang at matigas niyang puso ay tinablan na rin ng takot. Ganito pala ang pakiramdam nang makulong sa isang elevator na nasisiraan ng bait. Hindi niya alam kung makakalabas pa ba siya nang buhay roon.

    Umakyat pa nang umakyat ang elevator hanggang sa lumagpas na ito sa gusali na inaabot ng walong palapag. Sa pagkakataong iyon, lumilipad na ito sa ere habang patuloy pa ring umaakyat sa tuwid na direksyon.

Triple na ang kaba ni Puroy. Batid niyang may hindi na magandang nangyayari sa loob. Hindi na ito normal. Ang isang eksenang sa pelikula lang puwedeng maganap ay nangyayari na sa kanya. Kailan pa ba nagkaroon ng elevator na lumilipad?

Nanginginig na siya sa takot. Lalo na't habang tumatagal ay mas bumibilis pa ang takbo nito. Halos masuka-suka na siya. Hindi na rin siya makahinga nang maayos dahil bumibigat na ang dibdib niya sa bilis nitong tumakbo.

Halos panawan na ng ulirat si Puroy habang patuloy siyang dinadala sa taas ng elevator. Nakikita na niya ang mga ulap. Hindi na biro ang narating ng elevator na ito. Daig pa nito ang eroplano sa taas ng nilipad.

Nagsimula nang kalampagin ni Puroy ang buong sulok ng elevator kahit alam niyang wala nang tutulong sa kanya. Nagbabakasakali siya na mahihinto ang bangungot na ito kapag nagwala siya.

Parang gusto na niyang magsisi sa mga kasalanan. Ito na lang yata ang paraan para mahinto ang lagim na ito. Pero pinilit pa rin niyang maging matigas. Walang kahit anong kababalaghan ang makakapagpasuko sa kanya. Hinding-hindi siya papayag na magmukhang talunan.

Sa pagkakataong iyon, malapit na niyang matanaw ang kalawakan. Ilang sandali na lang ay maaabot na ng elevator ang labas ng mundo. Halos magwala na ang kanyang puso sa lakas ng pagkabog nito. Hindi niya alam ang mangyayari sa kanya oras na makalabas siya ng mundo. At iyon ang isang bagay na ayaw niyang mangyari.

Ngunit bago pa ito tuluyang makalagpas sa atmosphere, sumabog na ang elevator at kasabay na nasunog sa loob si Puroy. Ni hindi na niya namalayan ang naganap na pagsabog. Masyadong naging mabilis ang pangyayari. Sa isang iglap lang ay nagkapira-piraso na ang katawan niya at nagsimulang mahulog habang umaapoy pa.

Samantala, nagtanong naman ang isang pulis sa mga kasamahan kung bakit hindi na nila itinuloy ang paghuli kay Puroy.

Sinagot siya ng isa. "Pumasok na sa loob ng elevator, eh. Hindi na natin mahahabol 'yun. Siguro iyon na ang karma niya."

Nagtaka ang pulis. "Ha? Bakit naman? Ano'ng dahilan?"

"Alam mo kasi, pare, matagal nang kinatatakutan ang building na 'yan dahil dun sa elevator na isinumpa. Alam mo ba'ng marami nang namatay d'yan? Kapag pasi pumasok ka d'yan at pinagana mo 'yung elevator, dadalhin ka raw nito sa pinakataas, sa pinakatuktok ng mundo. At kapag nandoon ka na, kusa na itong sasabog at babagsak ang katawan mo rito sa lupa na halos abo na lang!"

Nagulat ang pulis sa narinig. "Oh? Seryoso?"

Bago pa makasagot ang kasama niya ay may bumagsak na sa paanan nila. Hindi nila matukoy kung ano iyon. Ngunit base sa hitsura nito, parang isa itong malambot na bagay na nangitim sa labis na pagkasunog.

Inisip ng kasama niya na baka iyon na ang sumabog na katawan ng suspect. Habang siya ay nagtataka pa rin hanggang sa makasakay na lang silang muli sa police car. Tapos na ang misyon nila. Hindi na nila kailangang panagutin pa si Puroy sa batas. Ang batas na mismo ng karma ang nagpanagot dito.

INALIPIN ng matinding kalungkutan at depresyon si Margarette. Hindi niya matanggap ang panloloko at pang-iiwan na ginawa sa kanya ng nobyong si Puroy.

Pinaniwala siya nito na ibibigay sa kanya ang buong pagmamahal nito. Pero ano ang ginawa nito? Pinagnakawan na siya, hinalay pa siya, at ngayon hindi na niya ito mahagilap. Ayaw na nitong magpakita sa kanya. Ni hindi na nga niya alam kung ano na ang nangyari dito. Iniwan siya nitong bigla sa ere. Duguan. Nagdurusa.

Hindi matanggap ni Margarette ang pagkawala ng lalaki. Dito lang talaga niya ibinuhos ang buong pagmamahal at pagkatao niya. Matagal na siyang ulila sa mga magulang. Maagang namaalam ang mga ito sa mundo. At dahil lumaking tahimik, mahinhin at mahiyain ay wala rin siyang naging kaibigan at naging ka-close sa mga kamag-anak.

Wala siyang ibang malalapitan kundi si Puroy lang na inakala niya noong una ay matinong tao. Hindi kinaya ni Margarette ang labis na emosyon. Napilitan siyang lumabas ng bahay at naglayas. Ilang araw din siyang nagkulong at nagmukmok doon.

Ang layo ng nilakad ni Margarette. Pinuntahan niya ang abandonadong gusali sa kabilang bayan kung saan matatagpuan ang haunted elevator na kinatatakutan ng marami. Buo na ang desisyon niya. Sa ganitong paraan na niya wawakasan ang kanyang buhay.

Pumasok siya sa elevator at pinagana ito. Nagsimula itong umakyat hanggang sa lampasan nito ang lahat ng palapag sa building na iyon. Nagsimula nang yumanig ang paligid at kumurap-kurap ang ilaw habang patuloy itong lumilipad pataas.

Hindi na alintana ni Margarette ang nangyayari sa paligid niya. Masyado nang tumigas na parang bato ang kanyang puso para makaramdam pa ng kahit anong emosyon. Walang ibang nasa isip niya nang mga sandaling iyon kundi ang minimithing pagwawakas.

Nakita niya sa transparent na salamin na dinadala na siya ng elevator sa pinakatuktok ng mundo. Halos matakpan na iyon ng makakapal na mga ulap.

At ilang sandali pa, tuluyan na itong sumabog. Sa lakas ng pagsabog ay nagkapira-piraso ang katawan niya at parang mga bulalakaw na nagsibagsakan sa lupa.

Wakas

Bernida's Brain

Akala ni Bernida, mahihinto na ang nararanasang bullying kapag nakatuntong ng college dahil mas matured na ang mga estudyante sa ganitong edad. Kabaligtaran pala ang mangyayari. Mas tumindi pa ang panunuksong sinapit niya rito.

Pinagtatawanan at pinandidirihan siya ng marami dahil kababae niyang tao ay wala siyang buhok. Hindi lang siya basta kalbo. Kulubot din ang balat niya sa ulo na sadyang hindi kaaya-aya sa paningin. Sinumang makakita sa kanya ay napagkakamalan siyang alien. Ang tingin din sa kanya ng marami ay may nakahahawang sakit.

May mga pagkakataon nga na siya pa ang ginagawang subject ng katatawanan ng mismong instructor nila. Hindi siya makapaniwalang ganito karumi ang utak ng mga tagaturo at estudyante rito.

Noong bata pa siya, ang palagi lang ibinabato sa kanya ng mga bully na kaklase ay ang pagiging kalbo at pangit niya. Pero dito, halos iturin siyang salot at likha ng demonyo. Pati magulang niya ay dinadamay rin ng mga ito.

"Siguro sobrang makasalanan ang nanay at tatay neto kaya naging ganito ang bunga ng anak nila," dinig niyang bulungan ng ibang estudyante sa tabi.

Patay-malisya na lamang si Bernida sa mga ito. At least ngayong malaki na siya, alam na niyang kontrolin ang emosyon para hindi mapaaway gaya ng nangyayari noong elementary at high school siya. Hangga't maaari ay iniiwasan na niyang makaramdam ng galit. Bawal na sa kanya ang magalit.

Pinapairal niya lagi ang maturity. Hindi na dapat pinapatulan pa ang ganitong mga bagay. Focus lang siya sa pag-aaral dahil ang tanging pangarap niya ngayon ay mabigyan ng magandang buhay ang mga magulang na umampon at nagpalaki sa kanya.

Wala na siyang pakialam sa pangungutya ng ibang tao. Pero kahit siya ay napapaisip din minsan. Bakit nga ba may ganito siyang kondisyon? Saan ba talaga siya nagmula? At sino ang tunay na mga magulang niya?

Ito ang mga bagay na hindi rin masagot ng mga kinikilala niyang magulang ngayon dahil napulot lamang daw siya ng mga ito sa tabi ng isang balon. Ilang beses na rin silang humingi ng tulong ngunit palagi silang bigo na mahanap ang tunay niyang mga magulang.

Minsan ay nabanggit din niya ito kay Princess habang nasa canteen sila. Ito ang kaisa-isa niyang kaibigan doon. Dito lang siya lagi nagbabahagi ng mga saloobin niya.

"Alam mo huwag mo na masyadong problemahin 'yan, friend. Darating din ang araw na malalaman mo ang lahat ng sagot d'yan. Basta ngayon focus ka lang muna sa mga goals mo. Ang mahalaga naman nabubuhay ka pa rin gaya ng normal na tao at hindi hadlang sa anumang bagay 'yang kondisyon sa ulo mo. Cheer up!"

"Salamat, friend. Iyan lang talaga ang gusto kong marinig ngayon para hindi ako tuluyang panghinaan ng loob."

"Dapat lang, 'no! Ngayon ka pa ba susuko kung kailan college ka na? Four years na lang ang titiisin mo. After that, kapang nakapagtrabaho ka na, makakabawi ka na sa mga nagmaliit sa 'yo before. Ang talino mo kaya! Kailangan mo lang ng lakas ng loob."

"Iyon na nga ang ginagawa ko ngayon, eh. Nagpapasalamat din ako sa 'yo dahil nand'yan ka para sa 'kin. Kung wala ka lang siguro, malamang matagal na 'kong sumuko sa school na 'to."

Nahinto lang ang pag-uusap nila nang may bumato ng papel sa ulo ni Bernida. Agad silang napalingon sa lalaking nasa kabilang lamesa na nahuli nilang tumatawa.

"Seriously?" sagot dito ni Princess saka tinaasan ng kabilang kilay. "Hay nako, friend! Nagpapapansin na naman sila! Mabuti pa doon na lang tayo sa library magpalamig! Tara!"

Nakaramdam ng kapayapaan si Bernida nang makapunta na sila ng library. Kaunti lang ang mga estudyanteng naroroon at magkakahiwalay pa ng upuan. Pumuwesto sila sa bandang dulo at doon pinagpatuloy ang pag-uusap. At least doon wala nang manggugulo sa kanila.

"Naku! Muntik ko nang makalimutan! May ibibigay nga pala ako sa `yo!" May dinukot si Princess sa bag at iniabot sa kanya. Isa iyong asul na belo na pantakip sa ulo.

Napamulagat siya sa tuwa. "Wow! Ang ganda naman nito, friend! Salamat, ha? Nag-abala ka pa!"

"No worries! Alam kong kailangan mo 'yan para hindi ka na mahihiya. Teka, isuot ko sa `yo."

Pinagmasdan niya ang sarili sa salamin habang sinusuot sa kanya ng kaibigan ang belong iyon. "Grabe! Baka naman mapagkamalan akong Muslim nito?"

"Hindi, ah! Saka wala namang masama rito, eh. Pantakip lang naman sa ulo. And I'm sure maiintindihan din ito ng mga prof natin."

"Sana lang talaga…" matipid na sagot niya.

Nabawasan na nga ang pagkailang ni Bernida mula nang matakpan ng belo ang kanyang ulo. Mas naging komportable na siyang humarap sa mga tao.

"Salamat talaga, friend. Sa totoo lang matagal ko na rin balak bumili no'n. Nawawala lang sa isip ko dahil alam mo naman sobrang daming gawain. Sobrang na-appreciate ko itong gift mo."

"You're welcome, Bernida my friend! Halika na nga. Labas na tayo. Tapos ka na rin naman mag-memorize 'di ba?"

"Ah, oo. Sige mabuti pa tara na nga!" At sabay na silang tumayo sa kinauupuan.

MAGANDA ang mood ni Bernida nang sumunod na araw. Hindi na siya naiilang maglakad-lakad sa loob ng campus dahil sa takip niya sa ulo. Bumagay rin naman iyon sa kanya at mas lumitaw pa ang ganda niya.

Sa CR na muna siya dumiretso para magpulbos at magpunas ng pawis. Sobrang init kanina sa labas at nagmukha agad siyang haggard kahit kaliligo pa lang niya.

Nagulat siya nang biglang may pumasok na isang lalaki. Kilala niya ito. Si Evan! Matagal nang nirereklamo sa campus ang lalaking iyon dahil sa mga babaeng minamanyak nito noon. Ewan ba niya kung bakit hanggang ngayon ay tinatanggap pa rin itong mag-enroll dito.

"Ano'ng ginagawa mo rito?"

Lalo siyang nagulat sa ginawa nitong paghablot sa suot niyang belo. Lumitaw muli sa harap ng salamin ang nakakadiring hitsura ng ulo niya.

"Gago ka, ah!"

Nanlaki ang mga mata ng lalaki sa kanya. "Aba! Aba! Aba! Marunong ka nang magmura, ah! Bakit, lalaban ka na?"

Nagpigil ng emosyon si Bernida. Hangga't maaari ayaw na sana niyang magalit. Nagbuntong-hininga siya at sinubukang talikuran na lang ito. Pero bigla nitong sinarado ang pinto at itinulak siya sa pader.

Natakot siya. Gusto na niyang sumigaw pero naisip niyang baka wala ring tumulong sa kanya. Lalo na't walang subject sa araw na iyon si Princess kaya wala rin siyang matatakbuhan.

"Pasalamat ka na lang hindi ako tumitingin sa hitsura ng tao…kundi sa katawan!" anas ng lalaki sa kanya sabay hipo sa kanyang baywang.

Sadyang maganda ang katawan ni Bernida. May taglay naman talaga siyang alindog at kagandahan. Tanging ulo lang niya ang panira sa paningin.

"Pakiusap… Ayoko ng gulo…" pakiusap niya rito.

Mas hinigpitan pa ni Evan ang pagkakahaplos sa kanyang baywang at dibdib. "Paano 'yan? Gusto ko ng gulo? Gulo sa kama… Kaso walang kama rito kaya sa banyo na lang!"

Sinampal na niya ang lalaki. Tila napikon naman ito kaya hindi nakapagpigil at sinuntok siya sa tiyan. Halos mamilipit siya sa sakit.

"Ang lakas ng loob mo, ah! Akala mo naman may laban sa akin! Babae ka lang! Laruan lang kita!" madiing wika nito sa kanya na nagpainit sa dugo niya.

Hindi na kinaya ni Bernida ang emosyon. Ayaw na ayaw na sana niyang maulit ang nangyari noon pero heto at nangyayari na naman muli. Tuluyan na siyang nilukob ng kanyang galit kaya muling nagising ang nilalang sa kanyang ulo. Pumintig-pintig iyon at tila nagbabadya na may lalabas.

Nagsimulang manlisik ang mga mata niya. Nanginig sa galit ang mga kamay niya at gumuhit ang nagbabagang panganib sa kanyang anyo.

Ganoon na lamang ang pagkasindak ni Evan nang makita kung paano pumutok ang ulo ng babae at lumabas mula roon ang dambuhalang utak na hugis tao ang katawan. May sarili itong mga kamay, mata, at bibig.

Halos kasing laki rin ni Bernida ang halimaw sa ulo nito na nakakapit ngayon sa likuran nito. Gumalaw ang nilalang at nilundagan ang lalaki bago pa ito makagawa ng aksyon.

Hindi na ito nakasigaw pa. Natakpan na ng buong katawan ng halimaw ang mukha nito. Halos hindi ito makahinga.

Sa repleksyon ng salamin ay kitang-kita kung paano durugin at lamutakin ng halimaw ang ulo ng lalaki. Nagtalsikan pa sa sahig at pader ang sariwang dugo nito.

Biglang bumukas ang pinto. Lumabas mula roon si Bernida habang nakakapit pa rin sa likuran niya ang halimaw. Mabuti na lang at walang mga tao sa paligid kaya walang nakakita sa kanya.

Iniwan niya ang bangkay ni Evan sa loob ng banyo na wala nang ulo. Pati bungo, mata, at utak nito ay durog na durog.

Ayaw na sanang gawin iyon ni Bernida ngunit tuwing lalamunin siya ng labis na galit ay hindi niya mapigilan ang sarili. Nawawalan siya ng control sa katawan.

Tuwing lalabas ang kakambal niyang halimaw sa kanyang ulo ay nawawala ang lahat ng pakiramdam at enerhiya niya. Pansamantalang sumasalin iyon sa nilalang para magawa nitong durugin ang ulo at katawan ng mga biktima.

Ganoon din ang sinapit ng mga batang nambully sa kanya noon. Mas marami pa nga siyang napapatay noon dahil bata pa siya at hindi pa alam kontrolin ang emosyon.

HINDI pumasok si Bernida nang araw na iyon dahil nakunsensiya siya sa nagawa kay Evan. Kasalukuyan namang iniimbestigahan ng mga pulis ang kanilang campus ngayon dahil sa nangyari sa lalaki.

Walang makapagsabi kung sino ang pumaslang dito. Wala rin kasing CCTV sa bahagi ng lugar na iyon. Ang alam lang nila ay maraming galit kay Evan dahil sa pagiging manyak nito sa mga babae. Hindi tuloy nila matukoy kung sino ang posibleng gumawa nito sa kanya.

Naisipang magpunta ni Bernida sa kabilang bayan kung saan matatagpuan ang lumang balon sa gitna ng kakahuyan. Ayon sa ina-inahan niya, doon daw siya napulot nito noong sanggol pa lamang siya.

Tuwing gusto niyang mapag-isa habang iniisip ang tunay niyang mga magulang ay doon siya nagpupunta. Nagbabakasakali siyang may matutuklasan siya roon na magtuturo sa kahit maliit na bahagi ng kanyang nakaraan.

Natigilan lang siya nang biglang may mataba at maugat-ugat na kamay ang umahon sa balon at hinablot ang ulo niya. Dumiretso siya sa pinakailalim niyon.

Nang magkalamay siya, bumungad sa kanyang paligid ang mga nilalang na kapareho ng nasa loob ng ulo niya. May pagkakahawig din sa utak ng tao ang katawan ng mga ito. May sarili silang kamay, paa, mukha at pag-iisip.

Natural lang na magsisigaw siya sa takot. Ngunit nilapitan siya ng mga ito at nagpakawala ng mumunting mga ungol. Nagtaka siya dahil naiintindihan niya ang sinasabi ng mga ito.

Doon niya natuklasan ang kanyang nakaraan. Sila raw ang tunay na pamilya niya. Nagmula raw siya sa kanilang angkan. Kambal daw sila nang isilang ng tunay niyang mga magulang. Ngunit sa lahat ng kanilang kauri ay siya ang naiiba dahil hindi raw siya naging ganap na halimaw. Sa halip ay naging kakambal lang niya iyon sa ulo.

Kaya naman naisipan ng mga magulang niya na iakyat siya sa lupa sa pagbabakasakaling may kukupkop sa kanyang tao at mabigyan siya ng mas magandang buhay. Sa paraang iyon mararanasan niya ang buhay ng isang tunay na tao kahit may kakambal siyang halimaw sa ulo.

Ngayon ay malinaw na kay Bernida ang lahat. Nabigyan na ng kasagutan ang mga bagay na matagal nang gumugulo sa kanya. Nang iakyat siyang muli sa lupa, hinayaan niyang manalaytay ang galit sa kanyang katawan. Galit siya dahil hindi niya matanggap na hindi pa rin siya normal na tao. Pero sa kabilang banda, masaya siya dahil nakita na rin niya ang tunay niyang pinagmulan.

Hinayaan niyang lumabas muli ang halimaw sa kanyang ulo. Kumapit ito sa kanyang likuran at sabay silang naglakad palayo ng lugar na iyon. May ibinubulong sa kanya ang kakambal. "Gamitin mo ang galit mo para masakop ang sanlibutan…"

Wakas

Sinner Tree

Sa bahay na nilipatan ni Edison, may isang maliit na punong umaabot hanggang sa unang palapag. Hindi kalakihan ang puno pero ito ay mataba at sagana sa dahon. Nabili niya ang bahay sa murang halaga na pag-aari noon ng isang Tsino na bumalik na sa bansa nito.

Umaabot hanggang ikatlong palapag ang bahay. Sadyang napakalaki at napakataas nito para sa kanya lalo na't mag-isa lang siyang titira doon. Nagtatrabaho sa Japan ang asawa niya at nasa probinsiya naman nakatira ang mga magulang niya. Kung umuwi man siya sa probinsiya ay tuwing may mahahalagang okasyon lang.

Dahil solong-solo ni Edison ang bahay, lahat ng naisin niya ay nagagawa niya roon. Madalas ay iba-ibang babae ang inuuwi niya sa bahay. Minsan naman ay kasama pa niya itong umiinom sa mga bar.

Madalas nga siyang late sa trabaho dahil sa gabi-gabing paglalasing. Pagdating naman ng araw ng sahod niya, wala pa sa kalahati ang pinadadala niya sa mga magulang. Ginagastos niya ito sa casino kasama ng mga barkada. Gabi-gabi rin silang naglalagi roon hanggang sa palarin nga siya at napadoble niya ang kanyang pera.

Ang malaking halagang napalanunan ay inubos lang din niyang muli sa babae, pag-inom at pagsusugal. Isang araw naman, natalo siya sa sugal at nakaalitan pa ang lalaking nakatalo sa kanya roon. Inawat lang siya ng mga barkada kaya hindi lumaki ang gulo.

Dahil sa laki ng perang nawala ay naging mainitin ang ulo ni Edison. Biglang-bigla ay wala na siyang pera. Kaya naman muli siyang nagsipag sa trabaho para muling makaipon. Hanggang sa tumawag sa kanya ang asawang si Yuna na nasa Japan at nagsabing magpapadala raw ito ng pera sa kanya.

Nawala ang init ng ulo ni Edison. Kung anu-anong matatamis na salita pa ang mga sinabi niya rito bilang pasasalamat. Nang makuha na ang pera ay nagmadali siyang umuwi para magbihis at magpunta muli sa casino.

Subalit pag-uwi niya, ang puno sa tabi ng bahay ang kanyang napansin. Parang dumoble yata ang laki nito. Dati ay nasa unang palapag lang ito, ngayon ay umabot na ito sa ikalawang palapag ng bahay nila. Napansin din niya ang lalong pagtaba at pagdami ng bunga nito.

Binalot siya ng pagtataka. Paano lumaki nang ganoon ang punong iyon? Hinayaan na lang niya ito at nagbihis na sa loob. Tinawagan niya ang mga barkada at nagsabing pupunta silang muli sa casino.

Sa pagkakataong iyon ay muling nanalo si Edison. Naglulundag siya sa tuwa. Kaya naman nang sumunod na gabi ay sa bar naman siya dumiretso kasama ang bagong babae. Sa pagkakataong iyon ay mag-isa lang siya dahil ayaw niya ng may kasama kapag magha-hunting ng babae.

Sa sobrang kalasingan ay hindi na siya nakauwi sa kanila. Inuwi na lang siya ng babaeng nakilala niya sa bar sa bahay nito at doon nagpalipas ng gabi.

Nagising na lang siya kinabukasan na nasa ibang kuwarto na siya. "Nasaan ako?" tanong niyang hinahagod pa ang ulo dahil sa hungover.

"Nakatulog ka na kagabi sa bar. Hindi naman kita maiwanan dahil nag-aalala rin ako sa 'yo kaya inuwi na lang muna kita rito sa bahay ko," sabi sa kanya ng babaeng nagpakilala kagabi bilang Christine.

"Gano'n ba? Salamat, ah! Ang bait mo naman pala."

"Naku! Ikaw ang mabait. Salamat sa panlilibre mo sa akin. Gumaganti lang ako ng kabutihan sa 'yo."

Kinilig sa tuwa si Edison. "Mukhang kailangan ko nang umalis. Baka magalit pa ang mga kasama mo rito sa bahay dahil naguwi ka ng lalaking lasing," pakipot niya.

"Naku! Walang magagalit dito dahil ako lang naman ang mag-isa."

"Oh talaga? Bakit naman? Ang laki-laki nitong bahay mo, eh! Asan na ang parents mo? O ang boyfriend mo?"

Hagalpak ng tawa sa kanya ang babae. "Nakalimutan ko palang sabihin sa 'yo. Nasa Germany ang parents ko. And wala rin akong boyfriend. I'm single since birth."

Napataas ng kabilang kilay si Edison. "Single? Sigurado ka? E, sa ganda mong 'yan, imposibleng wala ka pang naging jowa kahit minsan!"

"Iyon na nga, eh! Dahil nga sa sobrang ganda ko, maraming lalaki ang nahihiyang lumapit o manligaw sa akin dahil inaakala nilang taken na 'ko. Saklap 'di ba?"

Natawa siya. "Ay sus! Kaya pala, eh! Ang hirap nga naman kapag sobrang ganda, ano? Andaming nahihiyang lumapit sa 'yo. Pero ako hindi ako nahihiyang aminin na may gusto ako sa 'yo."

Natawa si Christine sa sinabi niya. "Ano ka ba! Joker ka talaga. Akala ko tuwing lasing ka lang nagiging joker."

"No! Seryoso talaga ako, Christine. I really like you kahit noong unang makita pa lang kita. I know marami na akong babaeng nakilala sa bar. Pero iba ka sa lahat. Mulan ang makilala kita, parang ayoko nang lumapit pa sa iba! Ganoon kalakas ang tama ko sa 'yo." Sa mga sinasabi ni Edison, nakakalimutan na yata niyang may asawa siyang nagtatrabaho sa Japan.

"Ows?" napataas ng kilay si Christine. "Alam mo kase, hindi naman pera ang basehan ko para masabing 'good' talaga ang isang lalaki, eh. May iba akong criteria para d'yan!"

"Talaga? Ano naman 'yon?"

Biglang lumapit sa kanya ang babae at sinimulang haplusin ang magkabila niyang balikat. Alam na ni Edison ang ibig nitong sabihin. Agad siyang naghubad ng t-shirt at gumanti ng haplos sa makinis na balat ng babae.

Ang haplusan nila ay nauwi sa pagtatagpo ng kanilang mga labi. Natagpuan na lang nila ang kanilang mga sarili na tinatanggalan ng saplot ang isa't isa. Parehong natumba sa kama ang kanilang mga katawan at hinayaan nilang bumalot sa kanilang pagkatao ang nagliliyab na temptasyong nagpapabilis sa tibok ng kanilang mga puso.

Pinagsaluhan nila ang mainit na umagang iyon. Naglalagablab sa temptasyong sumasabog sa kanilang mga katauhan. Pagkatapos matikman ni Edison ang katawan ng babae, ito naman ang tumikim sa kanya.

Iginapang ng babae ang dila nito sa kanyang dibdib patungo sa kanyang pagkalalaki. Naramdaman niya ang pagtigas at pagtayo nito na tila handang tumuklaw. Isinubo iyon ng babae at parang sipilyo na iginadgad nito sa bunganga.

Napaungol sa sarap si Edison. Napakagat na siya ng labi upang pigilan ang tumitinding temptasyon. Ilang sandali pa, hindi niya napigilan ang pagsabog ng kanyang katas na nagsilbing sipilyo ng babae sa bibig nito. Ang ilan doon ay iniluwa pa ni Christine at sinalo sa palad nito, pagkatapos ay ipinahid sa mukha na parang lotion.

Nakapitong rounds pa ang dalawa at inabot na sila ng tanghali. Iyon na yata ang pinakamainit na karanasan ni Edison sa buong buhay niya. Mas matindi ang init na ibinigay ng babaeng ito sa kanya kaysa sa sarili niyang asawa noong nasa Pilipinas pa ito.

Hindi rin siya nahiyang aminin kay Christine ang tungkol doon. "Sa totoo lang, mas napaligaya mo pa ako sa loob lang ng ilang oras kaysa sa asawa ko na halos isang dekada ko nang kabiyak."

Natawa ang babae at nagtaas ng kilay. "Talaga? May asawa ka na pala ngayon mo lang sinabi. Gagawin mo pa akong kerida. Ang sama mo, ah!"

"At ano namang masama roon? Sometimes, the second one is better, just like you."

"Ano ba ang ibig mong sabihin, Edison?" namumula na rin ang mukha ni Christine sa kilig.

"It means I love you! And I want to be your man."

Mula noon ay nagkamabutihan nga ang dalawa. Hindi na rin inabot ng isang linggo ang panliligaw ni Edison kay Christine. Sa loob ng maikling sandali ay naging ganap din ang relasyon nila. Ganoon lang kabilis.

Walang kamalay-malay si Yuna sa ginagawang kababalaghan ng asawa nito sa Pilipinas. Habang nagpapakahirap ito sa pagtatrabaho sa Japan ay nilulustay naman ni Edison sa bagong babae ang perang ipinapadala nito.

Pagkauwi ni Edison sa bahay matapos kuhanin ang pinadalang pera ng asawa, naabutan niya si Christine na nakatayo sa harap ng puno. Nagulat si Edison nang mapansing umabot na sa ikatlong palapag ang taas ng punong iyon.

Doon lang niya napagtantong hindi siya namamalikmata o namamali nang tingin. Talaga ngang lumalaki ang naturang puno at napakabilis ng paglaki nito. Nagtataka siya kung paano nangyayari iyon. Wala naman siyang ginagawang kahit ano na puwedeng magpalaki at magpataba sa puno. Ni hindi nga niya ito nilalapitan at inaalagaan.

"Anong ginagawa mo d'yan?" tanong ni Edison sa babae.

"Ah, kanina kase parang may naririnig akong boses na bumubulong dito."

Nangunot ang noo ng lalaki sa narinig. "Ano? Bumubulong? Baka boses lang ng kapitbahay natin 'yon!"

"Hindi 'yon! Sigurado ako dito talaga 'yon nanggaling sa puno kanina. Parang tinatawag niya ako. Kaya nga lumapit ako rito, eh. Saka ang laki pala ng punong ito, 'no? Buhay na buhay, ang kakapal ng mga dahon!"

Marahang hinila palayo ni Edison ang babae sa punong iyon. Pagpasok nila sa bahay ay pinagbihis na niya ito dahil mamamasyal sila sa Mall of Asia na matagal nang nire-request ng babae sa kanya noon.

Nang gabing iyon ay inubos nila ang oras sa paglilibot sa MOA. Halos lahat din ng mga miryendang makita sa paligid ay binibili nila. Lubos na napasaya ni Edison ang babae sa ganoong paraan. Bukod kasi sa sex ay mahilig din ito sa mga pasyalan at kainan. Hindi nito gusto ang mga regalong gaya ng bulaklak o tsokolate. Mas sumasaya ito kapag nakakapasyal sa malalayong mga lugar kaya iyon ang laging ginagawa ni Edison para dito.

Isang araw, humiling naman ang babae na mamasyal sila sa Puerto Gallera. Kapapadala lang noon ni Yuna kaya siguradong sa susunod na buwan pa ito magpapadala muli. Hindi na alam ni Edison kung saan siya kukuha ng pera upang maibigay ang gusto ni Christine.

Napilitan siyang tumawag kay Yuna sa kalagitnaan ng trabaho nito. "Love, sorry kung naistorbo kita. Emergency lang kasi. Kailangan ko ng thirty thousand ngayon na-ospital kasi si tatay kailangan niyang magamot sa lalong madaling panahon."

"A-ano?" gulat na gulat si Yuna sa kabilang linya. "B-bakit? Anong nangyari kay tatay?"

"Basta may sakit kasi siya na ngayon lang niya sinabi, eh. Basta kailangan namin talaga ng pera ngayon!" lahat ng kasinungalingan ay inimbento na niya mapaniwala lang ang babae.

Lalong bumigat ang pakiramdam ni Yuna matapos ang tawagan nila ng asawa. Sobrang stress na nga siya sa halos walang pahingang trabaho roon. Lalo pa siyang namroblema ngayon kung saan kukuha ng pera.

Sa susunod na buwan pa kasi ang sahod niya kaya wala rin siyang ibang mapagkukunan ng pera doon. Napilitan na lang siyang mangutang sa mga kasamahan hanggang sa makumpleto ang halaga na hinihingi ni Edison.

Kinabukasan din ay pinadala niya ito sa lalaki.

Madaling araw pa lang ay bumiyahe na agad sina Edison at Christine sa Puerto Gallera matapos makuha ang pera. Tanghali na sila nakarating doon. Habang nag-eenjoy sa dalampasigan ang dalawa, hindi nila namamalayan ang isang babaeng nakatingin sa kanila mula sa malayo.

Tila kilala ng babaeng iyon si Edison. Kinuhanan pa niya ito ng litrato. Pagkauwi ng babae ay tumawag siya sa isang kaibigan. Sumagot sa kabilang linya si Yuna.

"Hello, friend? Kamusta? Asan ka ngayon?" kakilala rin ni Yuna ang babae, isa ito sa mga kaibigan niya sa Pilipinas na hindi kilala ni Edison. Marami kasi siyang mga kaibigan doon na hindi pa niya naipapakilala sa kanyang asawa.

"Heto nandito ako sa Puerto Gallera. Nagbakasyon kasi kami ng husband ko rito. Ikaw, kumusta naman ang work mo d'yan sa Japan?"

"Heto friend sobrang pagod na nga ako, eh, dahil halos wala na akong pahinga. Tapos itong si Edison nanghingi pa ng thirty thousand dahil na-ospital daw si tatay. Grabe sobrang stress ko talaga ngayon. Nagkautang pa tuloy ako sa mga kasamahan ko rito. 'Yong sasahurin ko next month mapupunta lang din sa kanila."

"What do you mean? Nasaan ba ngayon ang asawa mo? Edison ang name niya, right?"

"Oo tama ka. Sensya na hindi ko pa siya nadala sa 'yo ever since na ikasal kami. Sobrang layo mo na kasi tapos bihira na lang din tayo magkausap!"

"Siya ba 'yong lagi mong kasama sa mga profile pictures mo? Iyon ba si Edison?"

"Oo naman, friend. Why?"

"Ano nga ang sinabi mo ulit kanina? Na-ospital ang tatay niya? So it means nasa ospital din siya ngayon?"

"Oo friend. Nagsabi kasi siya sa akin na uuwi raw muna siya sa probinsiya para ipagamot ang tatay niya. Nasa probinsiya siya ngayon sigurado."

"Y-Yuna…" biglang nagbago ang timpla ng mukha ng babae. "Hindi ko alam kung maniniwala ka sa sasabihin ko, pero nandito rin si Edison sa Puerto Gallera!"

Nagulat ang babae. "A-ano? P-paano mangyayari 'yon? Ano naman ang gagawin niya d'yan, eh, wala naman kaming kakilala d'yan!"

"Namukhaan ko kasi siya dahil sa mga picture na pinapakita mo sa akin kaya alam kong siya 'yong nakita ko kanina! May kasama siyang babae rito!"

"What?" halos hindi na alam ni Yuna ang isasagot.

Pagkatapos ng tawagan nila ay pinadala agad ng babae sa kanya ang mga litratong nakuha nito sa Messenger.

Parang binagsakan naman ng langit si Yuna pagkakita sa mga litratong iyon. Hindi niya napigilang humagulgol nang iyak sa sobrang sakit ng kalooban. Kailan pa natutong magsinungaling ang asawa niya? Ginamit pa nito ang sariling magulang para lang makakuha ng ganoon kalaking halaga na dito lang pala gagamitin sa babae.

Tuluyang binalot ng depresyon si Yuna. Magdamag siyang humahagulgol, umiiyak, at nagwawala. Ni hindi na nga siya nakapasok sa trabaho kinabukasan. Pati lakas niya ay nawala sa kanya. Sobra siyang nanghina sa ginawa ng asawa sa kanya.

TATLONG araw ang nakalipas ay nakauwi na rin sa Maynila sina Edison at Christine. Sobrang saya ng babae. Walang kapantay ang ngiti nito habang nagpapasalamat sa lalaki.

Hinatid na muna niya ang babae sa kanila para makapagpahinga ito. Siya naman ay mag-isang umuwi sa bahay niya. Ganoon na lamang ang pagkagulat niya nang makita ang puno, lagpas na ito sa taas ng kanyang bahay!

Doon na kinilabutan si Edison. Sobrang laki na ng puno, nalampasan na nito ang laki ng bahay nila. Larawan siya ng pagtataka habang iniisip kung paano lumalaki nang ganoon kabilis ang punong iyon.

Habang nag-iisip, bigla siyang nakatanggap ng isang tawag. Nagulat siya sa ibinalita sa kanya. Patay na raw ang asawa niyang si Yuna sa Japan. Nagpakamatay raw ito kaninang madaling araw, at nag-iwan pa ng suicide note kung saan nabanggit ang kanyang pangalan. Galit na galit daw ito sa kanya.

Nanginig ang buong katawan ni Edison. Parang nais kumawala nag kaluluwa niya sa sobrang pagkabigla. Halos hindi siya makahinga matapos marinig ang balitang iyon. Pinadala pa sa kanya ang ilan sa mga death pictures ni Yuna pati ang suicide note nito na tungkol sa panloloko niya rito.

Hindi napigilan ni Edison ang pagragasa ng mga luha. Sa isang iglap ay tila natauhan siya. Doon pa lang niya napagtanto ang lahat ng kababalaghang ginagawa niya rito habang wala ang asawa.

Bigla siyang nakarinig ng katok sa pinto. Inisip niyang si Christine iyon. Pagbubuksan ba niya ito o iwasan muna? Hindi niya alam ang gagawin. Pero napili pa rin niyang buksan ang pinto para tanggapin ang bisita. Kailangan din niya ng makakausap dahil mukhang hindi niya kakayanin ang pangyayaring iyon.

Ngunit pagbukas niya sa pinto, hindi tao ang bumulaga sa kanya kundi sanga ng isang puno. Ang mga sanga ay may buhay at parang ahas na gumagalaw.

Biglang pumulupot ang mga ito sa paa niya at hinila siya patungo sa kinatatayuan ng puno. Ganoon na lamang ang pagkagimbal niya nang makita ang puno na may malaking mukha sa katawang-kahoy nito habang nakatitig sa kanya. Nagbabaga ang mga mata nito habang nakabuka ang bibig na tila hinihintay siyang pumasok doon.

Nagsisigaw siya. Halos lahat na yata ng santo ay tinawag niya. Pero hindi niya napigilan ang pag-atake ng mga sanga ng puno. Pumulupot ang mga ito sa iba't ibang bahagi ng katawan niya at pinagtulungan siyang ipasok sa bibig ng punong iyon.

Wala nang nakakita kay Edison mula noon. Nilamon na ito ng puno na naging halimaw. Matapos nitong lamunin nang buo ang katawan ng lalaki ay agad ding nagbalik sa dati ang laki nito.

ILANG buwan ang lumipas, nagbalik doon ang dating may-ari para muling ibenta sa ibang tao ang bahay. Siya lang ang nakakaalam sa lihim ng punong nasa tabi ng bahay na iyon.

Tulad ng kanyang inaasahan, nilamon na rin ng puno si Edison matapos makagawa ng sunod-sunod na kasalanan. Lingid sa kaalaman ng lahat, sinuman ang tumira sa bahay na iyon ay kakapitan ng sumpa ng puno.

Oras na makagawa sila ng kahit anong kasalanan sa iba't ibang paraan ay unti-unting lalaki ang puno. Kapag ito ay lumagpas na sa laki ng bahay, mabubuhay itong muli para kainin ang mga taong nakatira doon na gumagawa ng kasalanan.

Ang punong ito ay alaga mismo ng Tsinong nagmamay-ari doon. At di nagtagal, isang panibagong Pinoy na naman ang nauto nito para bilhin ang bahay.

Habang nililibot ng dalawang mag-asawa ang bagong bahay na kanilang titirhan ay hindi nila namamalayan ang nakatagong mata ng puno na nagmamasid sa kanila habang binabasa ang kanilang mga kasalanan.

Wakas

Call of Nature

Nasa kalagitnaan pa sila ng biyahe pero hindi na talaga mapigilan ni Monique Del Prado ang tawag ng kalikasan. Malayo pa ang pinupuntahan nila. Nasa gitna rin sila ng pampublikong lugar.

Wala silang ibang choice kundi huminto sa isang maliit na department store. Doon na lang siya gagamit ng banyo. Tulad ng kanilang inaasahan, dinumog na naman ng mga Paparazzi si Monique.

Parang mga bubuyog na biglang naglabasan at nagkumpulan. Mainit kasi ang pangalan ni Monique ngayon dahil sa issue niya tungkol sa pakikipaghiwalay sa asawa dahil may iba raw siyang lalaki. Bukod pa roon ang issue niya tungkol sa pananakit sa isang katiwala kung saan maraming bumatikos sa kanya.

Nakayuko lamang siya at nakasuot ng shades habang tinatahak ang daan patungo sa CR. Nagkagulo sa loob ng department store. Halos magkalaglagan ang ibang mga items. Nag-uunahan ang mga Paparazzi na makalapit sa kanya at maitutok ang recording devices nila sa bibig niya.

Pilit siyang hinihingian ng pahayag regarding sa mga issues na kinakaharap niya. Pero wala pang maisagot dito si Monique. Hindi pa siya handang magbigay ng statement.

Buti na lang at protektado siya ng dalawang bodyguard na malalaki ang katawan kaya walang mga Paparazzi na nakalapit o nakahawak sa kanya. Sobrang agresibo ng mga ito. Hanggang sa loob ng CR ay gusto pa siyang sundan.

Nang makaupo na sa inidoro, doon pa lang pansamantalang lumuwag ang dibdib niya. Parang ayaw na niyang lumabas doon. Wala pa talaga siyang mukha na maihaharap sa media.

Batid kasi niyang totoo ang lahat ng alegasyon. Totoong third party ang dahilan kaya naghiwalay sila ng asawa niya. Totoo rin na sinaktan talaga niya ang kanilang katulong dahil dito niya ibinintang ang nawawala niyang alahas, na di kalaunan ay natagpuan niyang nasa ilalim lang pala ng kutson niya.

Wala siyang maibigay na statement dahil hindi niya alam kung paano ipapaliwanag ang mga ito sa paraang hindi magiging masama ang tingin sa kanya ng marami. Hindi niya alam kung paano pa lilinisin ang pangalan.

Sa loob ng ilang buwang lumipas ay wala siyang ibang ginawa kundi ang magtago. Naka-turn off na rin ang comment section sa lahat ng social media account niya. Ilang mga interviews na rin ang tinanggihan niya.

Dahil din dito, nawalan siya ng malalaking mga project this year. Pati ang sarili niyang manager ay nag-give up din sa kanya.

Hindi biro ang mga pinagdadaanan niya ngayon. Parang gusto na niyang bumalik sa nakaraan kung saan wala pa ang mga problemang ito. Para mabago pa niya ang mga desisyon sa buhay at mapigilan na mangyari ang lahat.

Pagkatapos niyang maglabas ng dumi, wala sa loob na sinilip niya ang kinauupuang inidoro. Ganoon na lang ang pagkasindak niya nang makitang ulo ng fetus ang lumabas sa kanya. Balot na balot pa ng dugo ang ulo at itim ang kulay ng balat.

Napatayo siya habang nanginginig ang buong katawan. Ilang beses pa niyang kinusot ang mga mata. Bakit ganito ang hitsura ng dumi niya?

Sa takot ay flinush na lamang niya ito at nagpunas siya ng tissue sa labasan ng kanyang dumi. Pagkasuot muli sa pants ay hindi na muna siya lumabas. Nanatili muna siya roon habang iniisip kung paano nagkaroon ng ulo ng fetus sa loob ng katawan niya.

Dito niya itinuon ang isip para saglit na makalimutan ang mga issue na kinakaharap sa labas. Sinadya niyang magpaabot ng isang oras doon. Hanggang sa biglang tumunog ang cellphone niya.

Isang text ang natanggap niya mula sa kanyang bodyguard. Kailangan na raw niyang lumabas doon para makaalis na agad sila.

Kahit medyo kinakabahan ay pinilit nang lumabas ni Monique. Bumuntong-hininga siya at muling isinuot ang shades. Pagkalabas ng restroom, narinig na naman niya ang nakaririnding ingay ng mga Paparazzi.

Agad siyang pumagitna sa dalawang body guard at iniyuko ang ulo. Binilisan nila ang paglakad hanggang sa makarating sa loob ng sasakyan. Pinalibutan naman ng mga Paparazzi ang kotse nila. Halos hindi ito makausad.

Kahit nasa loob at may suot nang shades ay nakayuko pa rin si Monique. Hindi talaga niya kayang makita ang mga Paparazzi na iba-iba ang paraan ng pagtitig sa kanya. Ang iba parang galit. Ang iba parang may pagnanasa sa kanya. Ang iba parang may masamang balak sa kanya. Sobrang bigat na ng dibdib niya.

Hanggang sa pag-uwi, dala-dala pa rin ng katawan niya ang pressure na idinulot ng media kanina. Siguradong pagpipiyestahan na naman siya sa internet dahil sa hindi niya pagharap sa mga ito.

Maraming nag-aabang kung ano ang lalabas sa bibig niya at kung ano ang nasa side niya. Kung bakit kasi kailangan pang mangyari ang lahat ng ito.

Okay na sana ang lahat. Tinanggap niya ang 'offer' kahit alam niyang hindi biro ang papasukin niya. Naging maganda naman ang kinalabasan noong una. Sadyang pumalpak lang talaga siya dahil sa sariling mga desisyon.

Hindi dapat siya ang nagdurusa. Hindi dapat siya ang naghihirap ng ganito. Ayaw man niyang gawin ang binabalak ay nagsimula na siyang mag-isip ng paraan kung paano ito mailalabas.

Isang gabi ay muling nangilabot si Monique nang makita kung ano ang nahulog sa inidoro pagkatapos siyang tawagin ng kalikasan. Isa itong ulo ng fetus na kulay itim at nakakatakot ang mukha.

Hindi na naging maganda ang pakiramdam niya. Hindi niya alam kung may sakit ba siya o kinukulam na. Napilitan na siyang magsabi sa kanyang duktor tungkol dito.

Dahil hindi makalabas ng bahay, ang doctor na muna ang pumunta sa bahay niya dala ang mga kagamitan nito. Maraming test na ginawa sa kanya. Babalik na lang daw ito sa mga susunod na araw para sa resulta.

Ngunit makalipas ang ilang araw, isang text lamang ang natanggap niya mula sa duktor. Ayon dito, wala naman daw nakitang kahit anong sakit o abnormalities sa katawan niya. Wala rin daw itong nakikitang dahilan para maging ganoon ang hitsura ng dumi niya.

Muling nangilabot si Monique. Expected na niyang iyon ang sasabihin ng duktor. Malakas kasi ang kutob niyang hindi siyentipiko ang makakatulong sa kanya.

Muli na naman siyang tinawag ng kalikasan. Laksa-laksang kaba ang dumaloy sa dibdib niya. Habang nakaupo sa banyo ay nanginginig ang buong katawan niya at pinagpapawisan siya.

Nang silipin muli ang inidoro, ulo muli ng itim na fetus ang nakita niya. Sa pagkakataong iyon, mas malaki ito at may mga mata nang nakabuka.

Lalong nangilabot si Monique sa hitsura ng ulo. Agad niya itong flinush at tumakbo palabas ng banyo. Nagkulong siya sa kuwarto at doon inilabas ang mga luha.

Hindi na niya gusto ang nangyayari sa kanya. Gulong-gulo na nga ang isip niya sa nangyari sa kanyang career, mas lalo pang pinagulo ng kakaibang dumi na lumalabas sa katawan niya.

Bigla siyang nakaramdam ng kakaibang lamig. Pagmulat niya ng mata, tumambad ang isang babae na walang mukha. Natatakpan ng mahabang buhok ang anyo nito. Pero kita niya ang tila malaking sugat nito sa dibdib.

Napasigaw si Monique at agad kinuha ang cellphone. Kinontak niya ang bodyguard na nasa labas at pinapapunta rito. Isiniksik niya ang sarili sa headboard ng kama habang humahagulgol nang iyak.

Gumalaw ang kamay ng mahiwagang babae at ibinaon iyon sa malaking sugat nito sa dibdib. Nakita niya kung paano nito dukutin ang sariling puso. Ngunit nang ilahad nito ang kamay sa kanya, hindi puso ang hawak nito kundi ulo ng itim na fetus!

Napapikit na lang siya habang sumisigaw. Huminto lamang siya nang marinig ang pagbukas ng pinto. Pag-angat niya ng ulo, nabuhayan siya ng pag-asa nang makita ang kanyang bodyguard.

Agad siyang tumakbo patungo rito at napayakap. Awang-awa na ang bodyguard niya sa kanya. Halatang hindi rin ito naniniwala nang ikuwento niya ang kanyang nakita. Iniisip nito na kung anu-ano lang ang pumapasok sa guni-guni niya dahil sa labis na stress.

Hindi nakatulog nang gabing iyon si Monique. Balot na balot pa rin ng kilabot ang buo niyang katawan. Hindi mawala sa isip niya ang nakita kanina. Pakiramdam niya'y mababaliw na siya kapag wala pa siyang ginawang hakbang.

Nang oras ding iyon, nagpasya na siya. Bubuksan na niya ang kanyang bibig. Pagod na siyang magtago sa publiko. Haharapin na niya ang problema niya.

Kinausap niya ang kanyang kampo tungkol dito. Nagpa-request siya ng live interview bukas para sa statement na matagal nang hinihintay ng lahat.

"Sure ka ba rito, Monique? Handa ka na rin bang harapin ang mga batikos na ibabato nila sa 'yo kung sakali?" sabi ng isa sa mga kampo niya sa kabilang linya.

"Sir Reggie, matagal na akong binabatikos. Iyon na lang lagi ang pagkain ko araw-araw, ang mga batikos nila. Hindi ko na kayang itago ito. Kailangan ko nang linisin ang pangalan ko…"

"Sige, sige. Kami ang bahala. Kahit anong mangyari, asahan mong nandito pa rin kami sa tabi mo."

Napalunok siya ng laway. "Salamat, S-Sir…"

Kinabukasan, lahat ng channel sa TV nakatutok sa live interview kung saan nakasalang si Monique Del Prado. Nakayuko pa rin siya at nakasuot ng shades.

Matapang niyang inamin sa publiko ang mga kasalanan. Totoong nangaliwa siya sa ibang lalaki kaya naghiwalay sila ng asawa. Totoo ring nambugbog siya ng katulong noon dahil napagbintangan lang niya ito sa na-misplace niyang alahas.

Pero ang isang katotohanan na hindi alam ng lahat ay pinakawalan na rin niya. Sa pagkakataong iyon, tumitig na siya sa camera at hinubad ang shades.

"Nais ko lang pong ipaalam sa inyo na hindi ako ang totoong Monique Del Prado."

Sa linya pa lang na iyon, marami nang mga reporters ang nagulat. Pati ang host ng naturang interview ay nangunot ang noo.

"Isa lamang po akong clone. Impostor. Patay na po ang totoong Monique Del Prado. Ako ang ipinalit nila para hindi lumikha ng issue ang pagkamatay niya."

Nagimbal ang lahat sa kanyang ibinulgar. Sinabi rin niya na ginahasa ng sariling manager si Monique Del Prado. Pinagtutulungan din ito ng management team nito. Binibigyan ito ng mga proyektong hindi nito gusto. Naging sunud-sunuran lang ito sa sariling management para sa pera.

Halos lahat din ng kinikita nito ay napupunta lang sa management nitong mga buwaya. Inabuso nila mentally ang totoong Monique.

Hanggang sa dumating nga ang gabi kung saan pinagsamantalahan ito ng sariling manager na may lihim na pagnanasa rito.

Isa si Monique Del Prado sa mga namamayagpag na actress ngayon sa bansa. Marami na rin itong mga recognitions sa iba't ibang panig ng mundo. Bukod sa talgay nitong kagandahan ay mayroon din itong napakabusilak na puso na hindi marunong magtanim ng galit sa kapwa. Ito ang naging bagong simbolismo ng isang Dalagang Pilipina.

Dahil sa labis na kasikatan ni Monique, natakot ang kanyang management na ianunsyo ang kanyang pagkamatay. Lalo na't hindi rin katanggap-tanggap ang naging cause of death nito. Ang mas masaklap pa, buntis na ang babae sa asawa nito noong magahasa ito ng sariling manager.

Kaya naman ginawa nila ang lahat para pagtakpan ang pagkamatay nito. Kumuha sila ng isang babae na sumailalim sa operasyon para maging kamukha ni Monique, at ito ang iniharap nila sa publiko.

Ang babaeng nagpapanggap bilang si Monique ay Catherine Bautista ang pangalan sa totoong buhay. Isa lamang siyang mahirap na taong kumakayod na lang para sa sarili dahil wala nang pamilya. Nasilaw siya sa malaking halaga na in-offer sa kanya para maging impostor ni Monique. Ngunit kahit kamukhang-kamukha na niya ang babae, hindi pa rin niya kayang gayahin ang utak nito.

Iyon ang naging dahilan kung bakit nasira ang imahe ng babaeng pinanghahawakan niya. Natukso siya sa ibang lalaki at iniwan ang asawa, napagbuhatan ng kamay ang kanilang katulong, at nagbago ang ugali dahil sa tinatamasang pera.

Hindi nagampanan nang mabuti ni Catherine ang pagiging Monique Del Prado. Siya rin ang sumira sa magandang imahe at legacy ng pinaslang na aktress. Ngayong sinisingil na siya ng karma, hindi na niya napigilang isiwalat ang katotohanan sa pagbabakasakaling matatahimik na siya at mawawala na ang kababalaghan sa buhay niya.

Magmula nga noon, hindi na siya dumudumi ng fetus ng sanggol. Hindi na rin nagpakita sa kanya ang multo ni Monique. Nagpakalayu-layo na rin siya dala ang natitirang perang hawak niya. Gusto na niyang mapag-isa at lumayo sa magulong mundo ng show business. Habang nagkakape sa loob ng bahay na kanyang pinagtataguan sa isang probinsiya, may isang baril sa di kalayuan ang nakatutok sa kanya.

Wakas

Family Dead

"Maraming salamat po!" tugon ni Dante matapos siyang paupuin ng mag-asawa sa malambot na sofa. Nag-a-apply siya bilang houseboy sa bahay ng mga Manansala, isang mayamang pamilya sa lugar na iyon.

Aksidente lang niyang natagpuan sa internet ang advertisement ng mga ito. Nasilaw siya sa laki ng sahod na ino-offer ng pamilya kaya kahit malayo ay kinagat na niya. Sa sitwasyon niya ngayon, wala na siyang ibang mahahanap na trabahong may ganito kalaking bayad.

"Saang lugar ka nga pala, Dante?" tanong sa kanya ni Carmina Manansala.

"Taga-Valenzuela po ako, Ma'am Carmina," mabilis na tugon niya rito.

"Valenzuela? 'Di ba sa Maynila pa yata 'yon?" tanong naman sa kanya ni Fidel Manansala. "Parang ang layo naman yata ng pinanggalingan mo. Paano mo nga pala uli nalaman ang dito sa amin?"

"Nakita ko lang po sa online, Sir Fidel."

"Gaano pala katagal ang biniyahe mo rito sa Pampanga?" tanong muli sa kanya ni Carmina.

"Nasa mahigit isang oras lang po, Ma'am Carmina. Nag-bus po ako," magalang na sagot niya habang nakapatong ang dalawang kamay sa mga hita.

"Pero ang layo pa rin, ah. Alam mo ngayon lang kami nagkaroon ng applicant na taga-Maynila. Karamihan kasi ng mga nagtrabaho sa amin ay tagarito lang din sa Pampanga," paliwanag sa kanya ni Fidel. "Hindi ka ba napagod sa biyahe?" dagdag nito, saka in-offer ang isang baso ng juice na itinimpla para sa kanya.

Tumango lang muna siya. "Hindi naman po. Hindi naman din po ako marunong mapagod." Saka tumawa nang matipid.

Tila natuwa ang mag-asawa sa sinabi niya. "Ilang taon ka na nga pala, Dante?"

"22 na po."

"Ang bata mo pa, ah. Hindi halata sa katawan mong iyan. Masyado kang macho sa edad mong 'yan," compliment sa kanya ng babae na ikinatuwa naman niya.

"Puro tagabuhat po kasi 'yung naging trabaho ko noon sa amin kaya siguro naging ganito kalaki ang katawan ko. Pero promise 22 pa lang po talaga ako," ngiting tugon niya sa mga ito.

"Buti at dito mo naisipang mag-apply sa amin. Hindi ba't mas marami namang mga trabaho na mapapasukan sa Maynila?" tanong muli sa kanya ng babae, tila kinikilatis siya nang mabuti sa kung ano ba talaga ang purpose niya rito.

"Hindi po kasi ako nakapagtapos ng college dahil na rin sa kahirapan. Dalawang semester lang po ang natapos ko. At pagkatapos no'n, sumasama na lang ako sa mga sideline ng tatay ko sa construction. Minsan bagger sa mga grocery store at tagabuhat naman sa ibang mga factory. Kaso hindi pa rin po sapat ang kinikita ko roon para makapag-aral muli. Saktong-sakto lang siya sa buong pamilya namin, lalo na't anim kaming magkakapatid, at may mga utang pa kaming binabayaran. Itong sa inyo na lang po talaga ang pinakamadaling trabaho na mapapasukan ko," mahabang paliwanag niya sa mga ito. Hindi na siya nahiyang sabihin ang buhay niya sa Maynila.

Tumango naman ang mag-asawa na tila nauunawaan ang sitwasyon niya. "Walang problema 'yan, hijo. Hindi naman namin kailangan ng college graduate dito," natatawang sagot ni Fidel sa kanya. "Basta ba marunong lang sa gawaing bahay sapat na sa amin."

"Wala po kayong magiging problema sa akin pagdating sa gawaing bahay. Marunong po akong maglinis, magluto, maglaba, mag-repair ng mga gamit at mag-alaga ng bata," may pagmamalaking tugon niya.

"Tamang-tama! Ganyan naman talaga ang hinahanap namin. Pero bukod d'yan, mayroon ka pang isang trabaho rito na kailangang gawin. At sa tingin namin ay kayang-kaya mo naman 'yon, di ba?" sabi muli ni Fidel.

Tumango-tango siya. "Walang problema po kahit ano pa 'yan. Maaasahan n'yo po ako sa lahat ng bagay. Pero, matanong ko lang po. Buti at houseboy po ang naisipan n'yong kuhanin dito sa bahay n'yo at hindi maid?" Medyo natawa pa siya sa tinanong niyang iyon.

Natawa rin ang mag-asawa. "Malalaman mo iyan kapag nagtagal ka na rito. Maiintindihan mo rin kung bakit lalaki ang gusto naming manilbihan dito at hindi babae."

Tumango na lamang muli siya. "Walang problema po sa akin, Ma'am. Kahit ano pa po 'yan, kakayanin ko po," iyon ang palagi niyang sagot. Nais niyang iparamdam sa mga ito na siya ang karapat-dapat para sa opportunity na iyon.

"Nga pala, Dante. Matanong ko lang. Kung iri-rate mo from 1 to 10 ang sarili mo kung gaano ka katapang, anong rate ang ibibigay mo?" pag-iiba sa kanya ng babae.

"10 out of 10 po, Ma'am Carmina."

"O, talaga? Bakit perfect score ang binigay mo sa sarili mo?"

"Bago ko po sagutin iyan, Ma'am, puwede ko po bang malaman kung ano po ang ibig n'yong sabihin sa kung gaano ako katapang?"

Ngumiti ang babae. "Pagiging matapang sa mga labanan, rambulan, suntukan, etsetera. Alam mo 'yun?"

Medyo nawirduhan siya sa tanong na iyon. Hindi niya alam kung may kinalaman ba iyon sa pinapasukan niya bilang houseboy. Pero sinagot pa rin naman niya.

"Ah, okay! Gets ko na po. Uhm, wala naman po akong kinatatakutan, eh. Lumaki po kasi ako sa squatter. Doon sa amin madalas na ako makakita ng mga away. Kahit noong bata pa ako, madalas din akong mapaaway. Noong nakaraang taon nga, may nakaaway sa inuman 'yung tatay ko. Niresbakan naming dalawa kahit lima silang magkakasama. Pero kinaya namin. Wala po akong inuurungan pagdating sa mga away-away na 'yan," paliwanag niya saka itinindig nang tuwid ang katawan para ipakita kung gaano iyon kalaki, at sinumang magkamaling banggain iyon ay pilay ang aabutin.

"Aba, mabuti! Pero ikaw, sa buong buhay mo, ilan na ba sa tingin mo 'yung mga nakaaway o nakasuntukan mo?" tanong naman sa kanya ni Fidel.

"Siguro mga sampu na po."

"Sampu?" Halatang namangha si Carmina. "Ang dami na, ah! Buti natatandaan mo pa lahat?"

"Hindi po kasi ako madaling makalimot sa mga taong nagkasala sa akin. At kapag umabot sa puntong nagkapisikalan na kami, hinding-hindi ko na 'yun makakalimutan."

"Puwede mo ba kami kuwentuhan ng isa sa mga nakasuntukan mo noon? Kung paano kayo nag-away, kung ano ang pinag-awayan n'yo, at kung kailan nangyari?" tanong muli ni Carmina.

Kinuwento naman ni Dante ang nakaaway niya noong fourth year high school siya. Isang sigang estudyante iyon sa kabilang section na nakainitan niya sa paglalaro ng basketball. Nauwi sa suntukan ang init ng mga ulo nila. Pareho silang duguan pero sa huli siya ang nagwagi. Napatumba niya ang isa sa pinakasiga at pinakakinatatakutang estudyante noon sa kanila. Kaya naman ang daming humanga sa kanya dahil sa katapangan niya.

Namangha rin ang mag-asawa sa kuwento niyang iyon. Halos pumalakpak pa ang mga ito. Hindi nga lang niya maintindihan kung bakit napunta roon ang usapan nila gayong napakalayo nito sa trabahong pinapasukan niya. MMA Fighter yata ang hinahanap ng mga ito at hindi houseboy.

Pero gayunpaman, todo sagot lang din siya sa mga tanong. Kahit hindi related ang topic, sagot pa rin nang sagot hangga't may maisasagot. Nais niyang makuha ang loob ng mga ito kaya kahit anong tanong sasagutin niya.

Si Fidel naman ang nagsalita. "Alam mo, 'yan ang gusto namin sa isang tao. 'Yung matapang lalo na sa pisikalan! Pero tanong ko lang, ano namang mga bagay ang kinatatakutan mo? Imposibleng wala dahil lahat ng tao may kinatatakutan. Ano naman ang sa iyo, Dante?"

Bahagyang napaisip siya roon. "Siguro… Apoy na lang po," hindi niya siguradong sagot.

Tumango-tango ang lalaki. "Bakit naman apoy?"

"Kasi noong bata pa po ako, nasunugan po kami ng bahay. Sa Quezon City pa po kami nakatira noon. Medyo na-trauma po ako dahil na-trap ako sa loob. Buti na lang na-rescue ako ng mga bumbero. Kaya tuwing makakakita ako ng apoy, naaalala ko po iyon," paliwanag niya sa mga ito kahit ang totoo, matagal nang nawala ang trauma niyang iyon at hindi na rin siya takot sa apoy. Wala na lang talaga siyang maibigay na talagang kinatatakutan niya.

Tumango-tango muli ang mag-asawa at ngumiti sa kanya. "Mabuti na lang at nauna ka sa pagpunta rito. Kaya sige. Tatanggapin ka na namin. You're hired!"

Napamulagat sa tuwa si Dante. Ganoon pala kasarap sa pandinig ang salitang iyon. Sa wakas, may trabaho na uli siya. Hindi biro ang eighty-five thousand na sasahurin niya rito. Saan pa ba siya makakakita ng houseboy na 85k ang suweldo kahit wala pang degree? Lalo na rito sa Pinas?

"Maraming salamat po talaga, Ma'am Carmina at Sir Fidel. Salamat nang marami po sa pagtanggap n'yo sa akin!" Hindi na niya maiwasang mapatayo sa kinauupuan. Nag-bow na lang siya sa mga ito bilang pasasalamat at pagbibigay-respeto.

Kinabukasan din ay nagsimula na si Dante sa trabaho niya roon bilang houseboy. Dalawang malalaking maleta ang dala niya para sa kanyang mga damit at isang backpack naman para sa iba pa niyang mga personal na gamit.

Sa unang araw niya roon ay nagpakitang gilas siya sa trabaho. Pagkatapos nilang mananghalian ay naglinis na agad siya sa buong bahay. Pati kasuluk-sulukan ay sinuyod niya. Maging ang sapot sa mga kisame ay hindi nakaligtas sa kanya.

Napakalaki ng bahay pero sisiw lang sa kanya ang paglilinis doon. Wala siyang nararamdamang pagod dahil sa laki ng kanyang katawan. Nagdilig na rin siya ng mga halaman sa hardin at nagpakain na rin sa tatlong mga aso na alaga ng mag-asawa.

May tatlo silang anak na pawang nasa sampung taong gulang pa lamang pero laging nakakulong ang mga ito sa kuwarto. Walang ibang ginagawa kundi ang maglaro ng PS4.

Mababait naman ang mga ito. Hindi nga lang gaanong nagsasalita. Walang ibang nasa isip nila kundi maglaro lang ng mga games sa computer at Play Station.

Kapag lumalabas sila para kumain o pumasok sa iskuwela, doon lang siya nakakapasok sa silid ng mga ito para makapaglinis.

Nakita naman ng mag-asawa ang kasipagan niya. Hindi na siya kailangan pang utusan para gumalaw. Tuwing gigising sa umaga, alam na lahat niya ang mga gagawin sa bahay. Kung saan siya magsisimula at kung ano ang mga dapat unahing linisin.

Siya na rin ang nagluluto ng almusal ng mga bata para maging baon sa iskuwela. Minsan sa kanya na rin pinapaluto pati ang tanghalian nila.

Kapag may nasisirang mga gamit sa loob, hindi na nila kailangang tumawag ng technician dahil nandito naman siya para umayos nito. All around ang trabaho niya. Kahit anong iutos sa kanya nagagawa niya nang tama.

"Alam mo, hindi kami nagkamali sa pagpili sa iyo, Dante. Napakasipag mo. Tama nga ang sinabi mo na hindi ka marunong mapagod. Good job, ah! Ipagpatuloy mo lang 'yan at baka bigyan ka pa namin ng bonus," masayang sabi sa kanya ni Fidel.

Nag-bow muli siya. "Salamat po talaga, Sir!"

Naging masarap naman ang buhay ni Dante sa pagtatrabaho sa mga Manansala. Dahil sa laki ng sinasahod niya roon, tuluyan na niyang naibangon sa hirap ang pamilya niya.

Nakalipat na sila ng ibang bahay na maayos at malayo sa squatter. Nabayaran na rin nila ang lahat ng mga pagkakautang doon. Nakakakain na rin palagi ng masasarap ang kanyang magulang at mga kapatid. Guminwaha na rin sa wakas ang pamumuhay nila.

Pagdating ng Mahal na Araw, napansin ni Dante ang pagbabago sa kilos ng mag-asawa. Parang laging balisa ang mga ito at tila may kinatatakutan. Hindi nawawala ang pag-aalala sa kanilang mga anyo.

Kung anu-ano rin ang nilalagay ng mga ito sa bawat sulok ng bahay. Bawang, asin, patalim, at iba pang mga pangontra na hindi niya alam kung para saan.

Kapag nagtatanong naman siya, hindi makasagot nang diretso ang mga ito. Para bang may ayaw ipaalam sa kanya.

Hanggang isang gabi, pinasok siya ni Carmina sa kanyang silid. Naabutan pa siya nitong naka-topless habang nagtutupi ng mga bagong labang damit niya.

Dali-dali siyang nagbihis ng sando at humarap dito. "Magandang gabi po, Ma'am Carmina. May kailangan po kayo?"

"Dante, ito na siguro ang oras para sabihin ko sa 'yo ang tungkol dito."

Kinabahan siya. "A-ano po iyon, Ma'am?"

Lumapit ito sa kanya at umupo sa tabi ng kama niya. "Di ba nabanggit namin sa 'yo na bukod sa pagiging houseboy, may isang bagay ka pa na kailangang gawin dito?"

Naalala niya agad iyon. "Ah, opo. Natatandaan ko nga po. Bakit po, Ma'am?"

"Alam mo naman siguro sa mga probinsiya. Maraming mga bagay na hindi maipaliwanag. At dahil taga-Maynila ka, hindi ko alam kung maniniwala ka rito."

Dumagdag ang kaba sa dibdib niya. Kahit hindi pa siya dinidiretso ng babae, parang tumitindig na ang mga balahibo niya. Ano kaya ang nais nitong sabihin sa kanya?

"Bakit po, Ma'am Carmina? Ano po ba kasi 'yon? Puwede ko na po bang malaman?"

May ilang segundong nahinto ang babae at nag-isip bago ito muling humarap sa kanya. "Dante, sa darating na Sabado de Gloria, mamamatay kami."

Nanlaki ang mga mata niya. "Ano po?"

"Pasensiya ka na kung ngayon ko lang nasabi ito sa 'yo. Hindi kasi namin alam kung paano ito ipaliliwanag noong una pa lang dahil baka matakot ka at umatras. Pero totoo ang narinig mo. Tuwing Mahal na Araw, namamatay kami ng ilang araw pero nabubuhay rin. Wala kaming kamatayan talaga. Namamatay lang kami tuwing alas-tres ng Biyernes Santo hanggang madaling araw ng Linggo ng Pagkabuhay."

Nagsimulang mangunot ang noo niya. "H-hindi ko po kayo maintindihan..."

"Ganito kasi iyon. Noong ikasal kaming mag-asawa, humiling kami sa Demonyo ng buhay na walang hanggan. Kasama na roon ang hindi pagtanda. Pero may kapalit. Tuwing Biyernes Santo at Sabado de Gloria ay mamamatay kami pansamantala. Doon may mangyayaring hindi maganda rito sa bahay. May mga nilalang na susugod dito para kainin ang mga bangkay namin. Iyon ang dahilan kaya ka namin kinuha. Kailangan mong bantayan nang mabuti ang mga bangkay namin habang patay kami. Huwag na huwag mong hahayaan na makalapit o mahawakan kami ng mga nilalang. Iyon na ang magiging katapusan namin, at katapusan mo rin."

Hindi makapaniwala si Dante sa mga natuklasan. Tuluyang gumapang ang hilakbot sa kanyang katawan. Hindi na siya nakagalaw sa kinaroroonan habang nagsasalita ang babae. Pati kalamnan niya ay nanginginig sa takot.

"Alam kong mahirap intindihin ito, pero sana malinaw na sa iyo ang lahat. Huwag na huwag mong hahayaan na makain kami ng mga nilalang na susugod dito pagdating ng araw na sinasabi ko sa 'yo. Ikaw nang bahala kung paano mo sila lalabanan o itataboy. Umaasa kami na magagawa mo ito dahil matapang kang tao, 'di ba? Wala kang inuurungang laban. At gusto naming gamitin mo ang katapangan mong iyon para iligtas kami. Magagawa mo ba para sa amin?"

Nanginig ang mga labi ni Dante. Halos hindi siya makabuo ng salita sa kanyang bibig. "Ahh… Ehh… P-Po…"

"Marami na kaming mga naging katulong dito noon pero umalis pa rin sila kahit ang laki ng ibinayad namin sa kanila. Doon kami nagsimulang humanap ng houseboy dahil iniisip naming mas magagawa ito ng isang lalake, gaya mo. Ngunit lahat sila, umalis din pagkatapos kaming iligtas. Walang may gustong manatili rito nang matagal. Sana huwag kang gumaya sa kanila."

"B-bakit hindi n'yo po naisipang kumuha ng maraming houseboy?" nanginiging ang tinig na tanong niya.

"Dahil iyon ang nakasaad sa kasunduan. Isang tao lang dapat ang puwedeng magbantay at magligtas sa amin. Kapag kumuha kami ng higit sa isa, babawiin ng Demonyo ang walang hanggang buhay namin. Ito ang nagsisilbing kondisyon niya sa amin na kailangan naming gawin taun-taon. Ang kapalit nito ay panghabang buhay na pananatili rito sa mundo. Alam kong mahirap pero…mas pinili na rin naming mamatay na lang ng ilang araw at mabuhay muli, kaysa naman sa tumanda kami at mamatay habang buhay."

"Bakit n'yo po ito naisipang gawin?"

"Hindi na mahalaga iyon, Dante. Personal na dahilan na namin ito ng aking asawa. Basta gawin mo na lang sana ang mga sinabi ko sa 'yo. Huwag kang mag-alala. Dadagdagan pa namin ang bayad sa 'yo basta huwag ka lang umalis gaya ng ginawa ng iba."

Bigla itong humawak sa kamay niyang nakapatong sa kutson ng kama. "Nakikiusap kami sa iyo, hijo. Ipinapangako namin sa iyo na hindi ka na maghihirap. Marami ka pang makukuha sa amin basta maging tapat ka lang…"

Hindi na nakasagot si Dante. Buong magdamag siyang nag-isip nang gabing iyon kung mananatili pa ba siya rito o aalis na lang din gaya ng ibang mga naging houseboy nila noon. Kakayanin ba niya ang trabahong ibinigay ng mga ito sa kanya? Natatakot siya para sa sarili. Baka naman siya pa itong mapahamak lalo na't hindi niya alam kung anong klaseng mga nilalang ang nakatakdang sumugod dito.

Hanggang sa sumapit na nga ang alas-tres ng Biyernes Santo. Nakahiga na sa kani-kanilang mga kama ang Pamilya Manansala. Lahat sila nakabihis na pangburol. Nagsisimula na ring manghina ang kanilang mga katawan.

Ilang sandali pa, tuluyan nang pumikit ang mga mata ng mga ito. Nang kapain niya ang pulso ng bawat isa, wala na siyang naririnig na pagtibok. Patay na nga ang buong pamilya. Siya lang ang naiwang buhay roon.

Nangilabot siya kahit maaga pa. Paano pa kaya kapag sumapit na ang gabi?

Pinagpawisan na sa takot si Dante nang tuluyang pumatak ang dilim. Lahat ng ilaw sa bahay ay sinindihan na niya. Nagpatugtog pa siya ng radyo para maibsan ang namumugad na takot sa dibdib niya.

Hindi na rin siya halos makalingon sa silid ng pamilya. Hindi niya alam kung saan siya matatakot. Sa mga nilalang ba na nakatakdang sumugod? O sa mga patay na kasama niya sa bahay? Anong klaseng trabaho ba itong pinasok niya?

Naging tahimik naman ang buong magdamag. Walang mga nilalang na nagpakita sa paligid. Literal na wala siyang tulog nang araw na iyon. Nakabantay lang siya sa mga bintana habang iniisip kung paano lalabanan ang mga nilalang kung sakaling magpakita na sila.

Gabi ng Sabado de Gloria. Ganoon pa rin ang ginagawa ni Dante. Nakabantay lang sa bintana habang panay ang lingon sa nakabukas na pinto ng silid. Minu-minuto niyang sinisilip ang nakahimlay na bangkay ng mga ito sa kama.

Nakasara na rin ang mga bintana roon at nilagyan niya ng mga haring upang hindi mapasok. Punong-puno na rin iyon ng bawang, asin, patalim, at iba pang pangontra sa mga nilalang.

Habang nakatayo sa tabi ng bintana, bigla siyang nakarinig ng ingay na halos magpalundag sa puso niya. Parang may ngumangasab.

Nang silipin niya, ganoon na lamang ang pagkasindak niya sa nakita. Nakapalibot na sa harap ng bahay ang mga nilalang na walo ang galamay at may isang ulo. May pagkakatulad sa gagamba ang mga katawan nila ngunit kasing laki rin sila ng tao.

Ang iba sa mga ito ay umakyat sa bubong ng bahay. Ang iba naman ay kumalampag na sa mga pinto. Ang isa ay bigla pang bumulaga sa bintana na sinisilipan niya.

Napaatras at napasigaw siya. Agad niyang kinuha ang dalawang patalim na hinanda niya. Iyon ang nagsisilbing armas niya.

Nagsimula nang magwala ang mga halimaw sa labas. Winawasak na nila ang mga pinto at bintana. Pati sa kuwarto ay nakarinig na rin siya ng mga ingay. Agad siyang pumasok doon at binantayan ang paligid.

Sa pagkakataong iyon, nawala ang takot niya sa mga bangkay sa kama. Nakatuon ang atensyon niya sa kung paano itataboy o lalabanan ang mga nilalang na ito. Hindi niya maiwasang kilabutan at panghinaan ng loob ngunit wala rin siyang magawa. Kailangan niyang pagpagin ang lahat ng takot sa katawan para magawa ang misyong iyon.

Napalundag siya sa gulat nang marinig ang pagkawasak ng pinto sa sala. Muli naman siyang tumakbo patungo roon para labanan ang mga halimaw.

Ang isa ay tumalon at sumugod sa kanya. Isinaksak niya sa ulo nito ang isang patalim. Saka niya ito pinagsusuntok hanggang sa bumulagta sa lupa.

Sumunod namang lumundag ang isa. Hinagis niya sa ulo nito ang isa pang patalim na hawak niya. Napugutan ito ng ulo at bumagsak din sa lupa.

Dalawang halimaw naman ang sumugod sa kanya. Nawalan na siya ng tapang para pulutin muli ang mga patalim sa sahig. Ginamit na lamang niya ang mga kamao para iligtas ang sarili sa kapahamakan.

Pagkalundag sa kanya ng dalawang nilalang ay nagpagulong-gulong sila sa lupa. Ngunit agad din siyang pumalag at pinagsusuntok ang isa sa mukha hanggang sa lumuwag ang pagkakahawak nito sa kanya. Saka niya pinutol ang dalawa sa mga galamay nito.

Siniko naman niya ang isa pang nakakapit sa kanyang likod saka muling bumangon. Tumakbo siya saglit para isara ang pinto ng silid. Saka niya hinintay muli ang pagsugod ng iba pang mga halimaw.

Nakapalibot na ang mga ito sa kanya. Ang iba ay nagwawala na sa loob ng bahay; sinisira ang mga gamit na mahawakan sa paligid. Parang may digmaang nagaganap sa loob.

Hinihintay ni Dante na umatake ang mga ito ngunit nanatili lang silang nakatayo habang nagpapakawala ng nakaririnding ingay.

Lumapit ang isa at biglang nagsalita. "Kung ako sa iyo, lumayo ka na rito at ibigay mo na sa amin ang katawan ng pamilyang pinoprotektahan mo!"

"Hindi ko gagawin 'yon!" matapang na sagot niya rito.

Nagsalita naman ang isa sa bandang kanan niya. "Bakit mo ba sinusunod ang utos sa iyo ng pamilyang iyan? Hindi mo ba alam na nakipagkasundo sila sa demonyo kaya nangyayari ito? Kapag iniligtas mo sila, ipinagkakaloob mo na rin sa demonyong nakausap nila ang kaluluwa mo!"

"Hindi totoo 'yan! Wala akong balak na sumamba sa demonyo gaya ng ginagawa nila! Ginagawa ko lamang ang trabaho ko rito na protektahan sila!"

Humalakhak ang mga halimaw.

"Kapag iniligtas mo sila, wala ka na ring pinagkaiba sa kanila na sumasamba sa demonyo! Iyan ang katotohanan na hinding-hindi sasabihin sa iyo ng pamilyang pinagsisilbihan mo!"

Doon napaisip si Dante. Paano kung may katotohanan nga ang sinasabi ng mga ito? Paano kung naisasangla na nga niya sa demonyo ang kanyang sarili nang hindi niya nalalaman dahil sa ginagawa niyang ito? Di bale nang maghirap siya at tumira sa lansangan, kaysa naman sa yumaman dahil sa malagim na paraan.

"Sinasabi ko sa 'yo, mortal... Oras na tanggapin mo ang trabahong ipinagkaloob nila sa iyo, kasama ka na rin sa mga sumasamba sa Demonyo! Sa ayaw at sa gusto mo, sa impiyerno ka didiretso pagdating ng takdang panahon mo! Kaya mamili ka! Ibibigay mo sila sa amin o magiging kasapi ka na rin nila!"

Matagal hindi nakapagsalita si Dante sa kinatatayuan. Halos isiksik na niya ang sarili sa nakasarang pinto. Ito na yata ang pinakamabigat na desisyong kailangan niyang pagpilian.

Ngunit sa huli, naisipan niyang buksan ang pinto ng silid at pinapasok na ang mga halimaw. Ayaw niyang magkasala sa langit kaya pinili niyang ilaglag na lang ang pamilyang sumasamba sa kadiliman kaysa maging kasapi siya ng mga ito.

Wala na rin naman silang magagawa kapag tuluyan na silang namatay. Hindi na siya mapagagalitan pa ng mga ito. Puwede siyang tumakas at magpakalayo anumang sandali.

Napaiyak siya habang pinagmamasdan kung paano pagpistahan ng mga halimaw ang Pamilya Manansala. Tuluyang kinain ng mga ito ang kanilang mga bangkay habang siya ay nasa malayo lang at nanonood.

Kinabukasan, umuwi na siya sa Valenzuela dala ang mga gamit niya. Maghahanap na lang muli siya ng ibang trabaho na kahit mababa ang suweldo ay hindi naman mapupunta sa impiyerno ang kaluluwa niya.

Akala ni Dante, matatahimik na ang buhay niya mula nang makalayo sa bahay ng Pamilya Manansala. Ngunit magmula noon, palagi na siyang dinadalaw ng mga ito sa panaginip. Galit na galit sa kanya. Sinisisi siya sa tuluyang pagkamatay ng mga ito.

Noong una ay sa panaginip lang sila nagpapakita. Pero habang tumatagal, nagagawa na rin nilang makatapak sa mundo. Minsan ay hinihila ng mga ito ang kumot niya tuwing gabi. Kapag naman naiiwan mag-isa sa kahit saang lugar ay biglang didilim ang paligid niya at magpapakita ang mga ito na nakalutang sa ere.

Ayaw siyang patahimikin ng pamilya. Hindi titigil ang mga ito hangga't hindi siya nakakapagbayad sa ginawa niyang panlalaglag sa mga ito.

Hanggang isang gabi, hindi na kinaya ni Dante ang labis na takot. Nagsisigaw siya at nagwala. Kahit anong awat sa kanya ng pamilya ay wala silang magawa. Natagpuan na lang niya ang sarili na kinuha ang isang patalim sa kusina. Saka niya iyon isinaksak sa sariling dibdib niya.

Napaiyak ang kanyang pamilya sa ginawa niya. Hindi niya tinigilan ang pagsaksak sa kanyang dibdib hanggang sa magawa niyang dukutin ang sariling puso. Tumitibok-tibok pa iyon sa palad niya at medyo mainit-init pa. Unti-unting bumagsak ang katawan niya sa lupa at gumulong ang kanyang puso sa paanan ng pamilya niya.

Napahagulgol ang mga ito at nilapitan ang bangkay niya. Hindi naman kinaya ng kanyang ina ang pangyayari kaya nahimatay ito. Sa isang iglap ay nagdilim ang maliwanag nilang buhay.

Saka lang nakaramdam ng katahimikan si Dante ngayong patay na siya. Hindi na siya magagambala pa ng galit na kaluluwa ng Pamilya Manansala.

Wakas

Curse After Curse

Sigurado na sina Josephine at Melfino sa isa't isa. Pagkatapos lumipas ng mga problemang pinagdaanan noong nakaraang taon, napagkasunduan na rin nila sa wakas na magpakasal.

Nag-uumapaw sa saya si Josephine habang isinusuot sa kanya ang customized gown niya. Siya na yata ang pinakamasayang babae sa araw na iyon. Parang ayaw na niyang matapos ang sandaling ito habang inaayusan siya ng kanyang designer at makeup artist. Pakiramdam niya, ganap na ang pagiging babae niya dahil sa ayos niyang ito.

Nang ihatid na siya ng sasakyan patungo sa simbahan, magkahalong kaba at saya ang namayani sa kanya. Nanginginig siya sa sobrang saya habang ini-imagine kung gaano kaya kaguwapo ang kanyang asawa ngayon na siguradong naghihintay na sa kanya sa simbahan.

Araw-araw siyang kinikilig kay Melfino. Ngunit iba ang kilig niya sa araw na ito. Parang gusto na niya itong makita, mahawakan at mahalikan sa harap ng altar. Pero at the same time, gusto niyang mas humaba pa ang biyahe ng sasakyan dahil masyado rin siyang nao-overwhelmed sa mga nangyayari. Sobrang saya talaga. Nag-uumapaw sa saya.

Lalo pang nadagdagan ang kaba at saya niya nang makarating na sila sa simbahan. Ang driver na mismo ang nagbukas ng sasakyan para makababa siya. Habang naglalakad na siya papasok sa loob, dinig na niya ang kasiyahan ng mga tao sa loob. Lalo iyong nakadagdag sa excitement niya.

Parang bumagal ang takbo ng oras habang naglalakad na siya patungo sa harap ng altar. Bumabaha ng ngiti sa paligid niya. Ngunit ang ngiti na pinakainabangan niya ay ang sa lalaki. Nakita niya itong nasa harap at naghihintay na sa kanya. Napakatamis ng pagkakangiti nito. Nag-uumapaw na rin ito sa pagkasabik na makasama siya roon sa harap ng altar.

Naging masaya ang daloy ng mga sumunod na sandali. Ngunit habang nagkakasiyahan na ang lahat, bigla namang may pumasok na babaeng pulubi sa simbahan.

Pinagtitinginan ito ng mga tao. Hindi sila makaimik sa labis na pagtataka. Umiiyak ang babae habang masama ang titig sa dalawang ikakasal.

Ilang sandali pa, bigla itong sumigaw na ikinagulat ng lahat. Doon na rin napalingon sina Josephine at Melfino. Gulat na gulat silang dalawa nang makita ang babae. Kilala nila ito.

"Marianita?" sambit ng dalawa, magkasabay.

"Mga hayop kayoooo!" asik sa kanila ng galit na galit na babae. "Habang nagdudusa ako, nagpapakasarap kayo ng buhay dito! Ano'ng karapatan n'yong magpakasal na dalawa? Ha!"

"Ano'ng ginagawa mo rito, Marianita?" usisa rito ni Melfino.

"Bakit kayo nagpapakasal, Melfino!"

"Dahil mahal namin ang isa't isa!" sigaw ng lalaki. Hindi na ito nahiyang sagutin ang baliw na babae.

"Paano naman ako? Tayong dalawa?"

"Matagal na tayong wala, Marianita! Alam mo 'yan! Kaya hindi mo puwedeng sabihin sa 'kin na mali itong ginagawa namin dahil bago pa kami magkakilala ni Josephine, matagal na tayong hiwalay! Ikaw na lang itong sunod nang sunod sa akin!"

"Hindi mo ako naiintindihan, Melfino! Kaya kita hinahabol dahil gusto kong makipagbalikan sa 'yo. Nais kong baguhin ang sarili ko. 'Di ba iyon naman ang gusto mong gawin ko para mapatawad mo 'ko? Sinabi mo sa 'kin 'yon! Sinabi mo na kapag tinalikuran ko na ang pagiging mangkukulam ko, at kapag hindi na ako nanakit ng tao, patatawarin mo ako at babalikan!"

Nagulat ang mga tao sa narinig nilang iyon. Nagkatinginan ang lahat. Pati ang pari na nasa harapan nila ay napaatras sa takot. Kinilabutan silang lahat sa babaeng ito na nakaitim, buhaghag ang buhok, madungis ang buong katawan at halatang matagal nang walang ligo.

"Matagal mo na dapat ginawa 'yan! Pero ano'ng ginawa mo? Pinaghintay mo ako nang matagal! Ang sabi ko sa 'yo, bibigyan kita ng pitong araw para baguhin ang sarili mo. Pero pinaabot mo ng isang taon, Marianita! Isang taon! Ganoon ako katagal naghintay at nagtiis sa pagbabakasakaling baguhin mo nga ang sarili mo! Pero ano ang ginawa mo? Pinagpatuloy mo pa rin! Kaya wala ka nang karapatan para habulin pa 'ko ngayon! Mag-move on ka na rin at magpakabuting tao!"

"Pero hindi ganoon kadaling talikuran ang lahing pinagmulan ko, Melfino! Hindi sapat ang pitong araw para tuluyan kong matanggal sa sarili ko ang itim na kapangyarihang ito. Inaabot din ng buwan bago ito mawala. Marami akong ritwal na kailangang pagdaanan! At iyong narinig mo sa ibang tao noon na may kinukulam ako ulit? Hindi totoo 'yon! Isang ritwal lamang ang ginagawa ko noon para alisin sa sarili ko ang kaalaman sa pangkukulam! Pero nabigo ako. Alam mo kung bakit? Napag-alaman ko na hinding-hindi ko matatanggal sa akin ang kapangyarihan kong ito hangga't walang basbas mula sa aking ina. At dahil patay na rin naman siya, wala nang ibang paraan para matanggal pa ito sa akin. Kaya patawarin mo na ako, Melfino! Puwede pa naman akong magbago nang hindi tinatanggal ang kapangyarihan ko 'di ba?"

"Umalis ka na rito, Marianita! Huwag mo nang guluhin ang kasal namin ng asawa ko! Hindi na kita mahal! Wala akong mahal na mangkukulam! Mahiya ka naman sa ginagawa mo! Nandito ka sa loob ng simbahan! Hindi puwede rito ang mga taong katulad mo!"

Hindi na nakapagsalita si Marianita nang mga sandaling iyon. Napahagulgol na lamang ito nang iyak at bumagsak ang mga tuhod sa sahig.

Nagpatawag na si Melfino ng guard para kaladkarin palabas ang babaeng ito. Ngunit biglang tumayo si Marianita at sinabunutan ang dalawang ikakasal. Hinigpitan nito ang pagkakasabunot hanggang sa makakuha ito ng buhok mula sa dalawa. Saka ito pumagitna sa altar at itinaas ang dalawang kamay.

"Isinusumpa ko! Sampung araw na lang ang kayo mabubuhay sa mundong ito! Unti-unting lalasunin ng aking kapangyarihan ang loob ng katawan n'yo! Magiging pula ang mga ugat ninyo at tutubuan kayo ng maraming sugat sa katawan! Hinding-hindi kayo magiging masaya dahil sandali na lang kayong mananatili sa mundo! Binibigyan ko na ng taning ang mga buhay n'yo!"

Napaiyak na si Josephine. Napayakap ito sa lalaki.

"Marianita, tama naaaa!" sigaw dito ni Melfino.

Pagkatapos bumitaw ng sumpa ni Marianita, inilabas niya sa bulsa ang dalang patalim at isinaksak sa sarili nitong dibdib. Nagulat ang lahat at napasigaw. Unti-unting bumagsak sa sahig ang katawan ni Marianita.

Sa natitira nitong hininga, isinambit pa nito ang salitang "Sampung Araw" bago ito tuluyang nalagutan ng hininga.

Labis-labis na takot ang bumalot sa katawan ni Josephine. Hindi niya inakalang magiging ganito ang kalalabasan ng kasal nila. Ang kanina'y nag-uumapaw na saya ay napalitan ng takot at gimbal. Napaiyak na lamang muli siya dahil nasira na ang dapat sana'y pinakamasayang araw nilang dalawa ni Melfino.

PAGKATAPOS ng kasal, naisipan ng dalawa na magbakasyon sa probinsiya ng babae sa Pampanga. Doon na rin nila balak gawin ang honeymoon nila.

Binalewala na lamang ng dalawa ang sinabi ni Marianita. Hindi na nila sineryoso iyon. Pagkalipas kasi ng limang araw mula nang ikasal sila, wala naman silang naramdamang kakaiba sa mga katawan nila.

Kaya naman itinuloy na nila ang kanilang bakasyon at naglakas-loob nang mag-honeymoon. Ngunit kung kailan may nangyari na sa kanilang dalawa, saka naman sila nakaramdam ng kakaiba sa kanilang mga katawan.

Ika-anim na araw iyon nang bigla na lang magsilitawan ang lahat ng ugat nila sa katawan. Laking gulat nila nang maging pula ang kulay niyon. Hindi nila inakalang magkakatotoo pa ang sumpang binitawan ng babae.

Nag-alala ang dalawa para sa isa't isa. Magkasama sila sa balkonahe habang magkayakap. Muling naiyak si Josephine.

"Ano nang gagawin natin, mahal? Nagkakatotoo na 'yung sumpa sa atin ni Marianita. Limang araw na lang ang natitira sa atin!"

"Huwag mong sabihin 'yan, mahal. Gagawa tayo ng paraan. Hindi tayo mamamatay. Sabay pa tayong tatanda at makakabuo ng sariling pamilya! Pangako 'yan!" sabi sa kanya ni Melfino.

Sinubukan nilang lumapit sa simbahan kung saan sila ikinasal. Humingi sila ng tulong sa pari doon para sila'y basbasan sa pagbabakasakaling mawala ang sumpa.

Ginawa ng pari ang lahat. Dinasalan sila, isinailalim sa isang taimtim na misa, at winisikan pa ng holy water. Ngunit lalo lang lumala ang kalagayan nila. Nang matamaan ng holy water ang kanilang katawan, bigla silang nagkasugat. Para bang allergic na ang katawan nila roon.

Napaiyak na lamang ang dalawa. Mukhang walang nagiging epekto ang ginagawa ng pari sa kanila. Sinubukan pa nilang lumapit sa ibang mga pari at simbahan sa iba't ibang panig ng bansa. Ngunit wala pa ring nangyari. Palala pa rin nang palala ang kalagayan nila. Unti-unti na rin silang nanghihina. Patunay ito na nauubos na nga ang oras nila sa mundo. Malapit na silang mamatay.

Sa pagkakataong iyon, naisipan namang lumapit ng mag-asawa sa albularyo at mga paranormal expert. Ngunit wala ring nagawa ang mga ito. Sinabi sa kanila na masyado raw makapangyarihan ang mangkukulam na gumawa nito sa kanila. At dahil nagpakamatay ito sa mismong araw kung kailan nito binitawan ang sumpa, mas matindi rin ang epekto niyon.

Ang tanging paraan lang daw para mawala ang sumpa ay kailangang bawiin ito mismo ng mangkukulam na gumawa nito sa kanila. Ngunit paano naman mangyayari iyon kung patay na si Marianita?

Ganap na nawalan ng pag-asa ang dalawa. Napagod lang sila sa wala. Kung saan-saang mga lugar sila nakarating ngunit nasayang lang ang lahat ng pawis nila.

Parang gusto na nilang tanggapin ang nalalapit nilang kamatayan. Isang araw na lang ang natitira sa kanilang dalawa.

Hanggang sa may naisip na paraan si Melfino. Noong una ay hindi pumayag si Josephine dito. Ngunit dahil nais pa nilang makabuo ng sariling pamilya at magtagal dito sa mundo, napapayag na rin nito ang babae sa huli.

Nang gabing iyon ay naghanap sila ng satanista sa ibang lugar. Hanggang sa makatagpo sila ng isang tagong organisasyon na may kaalaman sa pagtatawag ng demonyo. Kung wala nang magagawa ang liwanag para tanggalin ang sumpa sa kanilang katawan, lalapit na lamang sila sa dilim. Dilim sa dilim. Sumpa sa sumpa.

Ang sabi ng naturang organisasyon, wala raw silang kakayahan na tangghalin ang sumpa, ngunit may alam silang paraan para mapahaba ang kanilang buhay at kontrahin ang kamatayan na nakatakdang maganap pagkatapos ng sampung araw.

Nagsagawa ng ritwal ang mga ito nang gabing iyon. Nagtawag sila ng demonyo na tutulong kina Josephine at Melfino. Ang demonyong iyon ang nagpataw sa kanila ng panibagong sumpa para takpan ang sumpang ipinataw sa kanila ng mangkukulam.

At ang sumpang iyon ay habang buhay silang mabubuhay dito sa mundo. Ngunit ang kapalit, tuwing sasapit ang Biyernes Santo hanggang Sabado de Gloria ay mamamatay pansamantala ang kanilang katawan. May mga nilalang na mabubuhay sa lupa at hahabulin sila para subukang patayin nang tuluyan ang kanilang mga bangkay.

Ang kailangan daw nilang gawin ay kumuha ng isang tao na maaaring magligtas at magbantay sa kanilang mga katawan habang wala pa silang buhay. Magbabalik lang daw ang buhay nila pagsapit ng Linggo ng Pagkabuhay.

Kailangan daw nila itong gawin taun-taon kung gusto nilang mabuhay nang walang hanggan dito sa mundo, at para hindi na mangyari ang kamatayang naghihintay sa kanila na ibinigay ng mangkukulam.

Ang isa pang bilin ng demonyo ay huwag daw silang hihingi ng tulong sa mga kamag-anak o kakilala nila. Kailangan ay walang kaugnayan o koneksyon sa kanilang pamilya ang tao na magbabantay o magliligtas sa kanila. Bawal din kumuha ng higit sa isa. Iyon ang magsisilbing kapalit ng panghabang-buhay na pananatili nila rito sa mundo.

Kailangan din daw nilang palitan ang kanilang mga pangalan. Kaya naman kahit mahirap, sinunod lahat iyon ng mag-asawa. Magmula rin noon, ibang pangalan na ang ipinakikilala nila sa ibang tao. Si Josephine ay nagpakilala na bilang si Carmina. Si Melfino naman ay nagpakilala bilang si Fidel.

Habang buhay nilang paninindigan iyon upang kontrahin ang sumpa ng mangkukulam sa kanila. Kaya naman napilitan na lang silang kumuha ng katulong sa bahay nila sa probinsiya para magsilbing tagapagligtas nila tuwing sasapit ang sumpa sa kanilang katawan sa araw ng Biyernes Santo at Sabado de Gloria.

Wakas

Stairway To Hell

Sa lugar ng San Mateo matatagpuan ang pinakamataas na hagdan sa bansa. Binansagan itong Hagdan ng Pag-asa dahil sa paniniwala na kung sinuman ang makarating sa pinakatuktok ng hagdang ito ay magkakaroon ng biyaya.

Dinadayo ng maraming turista at problemadong mga tao ang naturang hagdan. Holiday man o hindi, palaging mahaba ang pila sa baba. May mga guard na nagbabantay roon tuwing umaga upang maiwasan ang pagdagsa ng mga tao sa mismong hagdan dahil hanggang tatlong katao lang ang puwedeng umakyat.

Ngunit sa dinami-dami ng mga umaakyat doon taun-taon, wala pang nakakarating sa pinakatuktok nito. Mukha lang itong madaling akyatin kung titingnan sa malayo. Ngunit kapag inakyat na ito mismo, marami ang hindi na nakakarating sa kalahati.

Ang iba, sumusuko na ang mga tuhod. Ang iba, hindi na kinakaya ang init ng araw. Ngunit ang iba naman, sadyang hinihingal na at nakakaramdam ng matinding pagkapagod.

Ayon pa sa matatanda, bahagi raw iyon ng pagsubok na kahaharapin ng sinumang umakyat sa Hagdan ng Pag-asa. Kapag nagawa nilang labanan ang anumang pagod at pagkainip, mas doble ang makukuha nilang biyaya.

Kaya nga kahit wala pang naitatalang nakarating sa dulo, marami pa rin ang sumusubok sa pagbabakasakaling mapagtagumpayan nila iyon.

Isa si Mario sa mga nagsubok na umakyat doon. Dahil wala namang gagawin sa araw na iyon, naisipan niyang pag-aksayahan na lang ng oras ang Hagdan ng Pag-asa. Wala namang masama kung susubukan niya. Lalo na't marami siyang mga problema ngayon at hindi na alam kung paano pa haharapin ang mga ito.

Isang buwan na lang kasi ang natitira bago umuwi ng bansa ang asawa niyang OFW. Wala itong kaalam-alam na ibinenta na niya ang ilan sa mahahalagang mga gamit nila sa bahay pati ang ilang mga nakatagong alahas nito. Hindi na rin niya naipagawa ang mga sira sa bahay nila.

Nabaon siya sa utang mula nang matalo siya nang malaking halaga sa casino. Pati ang perang ipinapadala sa kanya buwan-buwan ay nagamit na rin niya sa sugal. Hindi niya kayang makita ang magiging reaksyon ng babae kapag nasilayan nito ang kalagayan ng bahay nila.

Ang mas masaklap pa, natanggal na rin siya sa trabaho matapos makaaway ang boss niya. Limang buwan na siyang tambay at wala nang alam na puwedeng mapagkunan ng pera.

Wala na siyang ibang pag-asa kundi ang hagdang ito na lamang. Malaki ang paniniwala niya na may katotohanan ang pag-asang ibinibigay ng hagdang ito oras na marating ang sukdulan nito.

Malakas naman ang katawan niya at malaki rin ang katawan. Nakasisigurado siyang kakayanin niya ang pagsubok sa pag-akyat dito.

Paghakbang sa unang baitang ay idiniretso na niya ang tingin sa inaakyatan. Wala nang ibang nasa isip niya kundi ang misyon na marating ang pinakatuktok niyon.

Isang oras ang lumipas, matatag pa rin ang mga tuhod niya. Wala nang makakapigil sa kanya. Naunahan na nga niya ang dalawang tao na kasabay lang niyang umaakyat kanina.

Tatlong oras ang lumipas, nagsimula na siyang pagpawisan ngunit hindi pa rin siya nakakaramdam ng pagod. Dala lang iyon ng init ng araw.

Malakas pa rin ang mga buto niya. Nag-uumapaw ang determinasyon sa kanyang sistema. Naniniwala siya na mararating niya ang sukdulan niyon.

Anim na oras ang lumipas, nagsimula nang mangalay ang mga tuhod niya. Doon na unti-unting bumagal ang pag-akyat niya.

At pagpatak ng walong oras, tuluyan nang sumuko ang katawan niya. Hindi na niya kayang ipagpatuloy pa. Naupo na siya sa isa sa mga baitang at ipinahinga ang namamanhid na mga tuhod.

Nang makaipon muli ng lakas, tumayo na siya at bumaba ng hagdan. Hindi na gaanong sumakit ang mga paa niya dahil mas madali naman ang bumaba kaysa umakyat.

Inabot na siya ng gabi bago tuluyang nakababa. Pagbalik niya roon, wala nang mga tao sa paligid. Nakauwi na lahat. Pati ang mga guwardyang nagbabantay roon ay wala na rin. Siya na lang ang naiwan. Ganoon na pala siya katagal umaakyat doon kanina.

Pinagod lang niya ang sarili sa wala. Bago niya tuluyang nilisan ang lugar, pinagmasdan niyang muli ang kabuuan ng hagdan. Kitang-kita niya sa kinaroroonan ang pinakatuktok niyon.

Sa pinakadulong bahagi ng hagdan ay may isang malaking kamay na nakasentro mismo sa langit. Sinuman ang makarating doon ay kinakailangan lamang tumayo sa kamay na iyon ng ilang minuto para pumasok ang biyaya at pag-asa sa buhay ng taong matagumpay na nakaakyat doon.

Bakit ba parang napakadali lang akyatin ng naturang hagdan kung dito sa ibaba titingnan? Para itong langit na madali lang din abutin kapag pinagmamasdan dito sa lupa. Ngunit kapag sinubukan na itong akyatin ay halos hindi masukat-sukat ang layo at ang taas nito.

Pinagod lang ni Mario ang sarili. Wala rin siyang napala sa ginawa niya. Sayang lang ang inakyat at binaba niya roon. Kung ginamit na lang sana niya ang mga oras kanina para maghanap ng iba pang trabaho na mapapasukan, may napala pa sana siya kahit papaano.

HABANG papalapit ang panahon ng pag-uwi ng asawa ni Mario ay lalo pa siyang nawawalan ng pag-asa. Mas lalo pang bumigat ang dibdib niya matapos makapagsinungaling dito noong tumawag ito kagabi.

Sinabi niyang nasa maayos lang ang kalagayan ng lahat at maganda na rin ang bagong repair nilang bahay. Ngunit ang totoo, kabaligtaran niyon ang lahat.

Sa sobrang kawalan ng pag-asa, napilitan na siyang kumapit sa patalim para lang magkapera. Sumali siya sa mga illegal na gawain doon ng isang grupo ng sindikato sa kanilang lugar.

Natuto siyang mang-holdap, magnakaw at umakyat ng mga bahay. Hanggang isang araw, nagkamali siya ng bahay na inakyatan. Pulis pala ang nakatira sa bahay na iyon.

Muntik pa siyang mabaril. Mabuti na lang, nagawa niyang makatakas agad. Ang problema, wanted na siya pagbalik sa lugar nila. Kabilang na rin siya sa mga hinahanap ng awtoridad.

Ang ibang mga kasamahan niya ay nagpakalayu-layo na. Siya na lang ang natitira dito. Hindi niya akalaing aabot sa ganito ang lahat.

Balak sana niyang puntahan pa ang bahay nila para kunin ang ilang mahahalagang gamit niya roon. Ngunit nagulantang siya nang makita ang sasakyan ng mga pulis na nasa isang tabi at nagmamasid pala sa kanya.

Nahuli siya ng isa sa mga ito. Kumaripas siya nang takbo. Kung saan-saang shortcut siya dumaan para lang iligaw ang mga ito. Buti na lang at may natira pa siyang barya sa bulsa. Ginamit niya iyon para sumakay ng jeep at tuluyang makalayo sa lugar na iyon.

Nagtungo siya sa kabilang bayan. Ngunit hindi niya akalaing may mga pulis na naghahanap na rin pala sa kanya roon. Ang iba nga sa mga kasamahan niya ay doon nadakip at nakakulong na ngayon.

Hindi siya sumuko. Hangga't may kalsada ay tumakbo siya nang tumakbo. Hanggang sa muli siyang makarating sa San Mateo.

Nang madaanan niya ang Hagdan ng Pag-asa, ewan ba niya kung bakit naisipan niyang umakyat doon. Nagbabakasakali siyang hindi na siya mahahabol pa ng mga pulis kapag doon siya dumaan.

Siguradong mapapagod lang din ang mga ito sa kakaakyat doon. Inabot siyang muli ng ilang oras sa pag-akyat doon. Sa pagkakataong iyon, hindi na niya ramdam ang pagkapagod at pananakit ng tuhod.

Ganito siguro ang pakiramdam kapag may matinding takot sa dibdib. Nagiging immune na sa lahat ng pagod at pangangalay. Hangga't may madadaanan at maaakyatan ay susuungin matakasan lang ang pananagutan.

Inabot siya ng mahigit labinlimang oras bago narating ang pinakatuktok ng hagdan. Pagkaakyat niya sa malaking kamay ay doon na siya napaluhod habang habol ang hininga. Naliligo siya sa sariling pawis at halos umikot ang paningin sa tindi ng pagkahilo.

Ngunit nang makita niya ang paligid, doon lang niya napagtanto na napagtagumpayan niyang marating ang pinakatuktok ng Hagdan ng Pag-asa.

Sa sobrang saya ay napatayo siya. Hindi siya makapaniwalang nandito na siya sa sukdulan ng hagdan. Saglit niyang nakalimutan ang mga problema. Nilasap niya ang malamig na simoy ng hangin habang nagpapasalamat sa kawalan dahil sa tagumpay na nagawa niya.

Iisa lang ang ibig sabihin nito. Makakatanggap na siya ng biyaya. Magkakaroon na siya ng pag-asa at solusyon sa mga problema niya. Alam niyang totoo iyon dahil nagkukumpulan ang mga bitwin sa langit malapit sa kinaroroonan niya.

Isa raw senyales iyon na siya ang kauna-unahang nagtagumpay sa pagsubok sa pag-akyat sa Hagdan ng Pag-asa, gaya ng madalas sabihin ng matatanda roon.

Nahinto siya sa pagsasaya nang biglang yumanig ang paligid. Napahawak siya sa mga daliri ng malaking kamay. Mabilis na lumukob ang takot at kaba sa dibdib niya. Nanigas ang mga paa niya sa kinatatayuan habang kumakabog nang malakas ang puso niya.

Napasigaw siya nang biglang gumalaw ang kamay. Tila nagkaroon ito ng sariling buhay. Bahagya itong bumaba at ilang sandali pa, lumitaw sa harapan niya ang dambuhalang nilalang na nagmamay-ari ng kamay.

Hindi niya akalain na ang kamay na iyon ay isa lang palang bahagi ng katawan ng isang pagkalaki-laking nilalang. Sa sobrang laki nito ay kayang-kaya nitong abutin ang langit.

Nangilabot siya nang magpakawala ito ng matalim na titig. Parang hinihigop siya ng mga titig na iyon. Ang nilalang ay isang dambuhalang tao na may mahabang balbas, kulubot na mukha, hubo't hubad na katawan na punong-puno ng pulang mga ugat.

Maitim din ang mga labi at ngipin nito. Tuwing ibubuka nito ang bibig ay sumisingaw ang napakabahong amoy na halos ikabaligtad ng sikmura niya.

"Ikaw ang mapangahas na gumising sa akin. Ikaw ang magiging pagkain ko!"

Nagsisigaw siya nang ibuka nitong muli ang bibig at ipinasok siya roon. Bago pa siya nguyain ng nilalang, nalagutan na siya ng hininga sa sobrang baho ng bunganga nito.

Hindi na niya naramdaman ang pagkadurog ng katawan nang magsimulang ngumuya ang dambuhalang nilalang.

Lingid sa kaalaman ng lahat, ang nilalang na iyon ang natitirang buhay sa mga dambuhalang nilalang na nabuhay sa lugar na iyon noong unang panahon.

Natutulog ito sa kailaliman ng lupa. At tuwing makakatulog ito ay nagiging bato ang buong katawan nito.

Sadyang inilalabas ng nilalang ang kamay nito sa lupa tuwing matutulog at nagpapakawala ng isang ilusyon para magmukha iyong hagdan sa paningin ng tao.

Magigising lang ito tuwing may isang tao na makakaakyat sa kamay nito. Iyon din ang oras para ito'y kumain. Sa kauna-unahang pagkakataon, si Mario pa ang naging pagkain ng nilalang.

Nang ito'y mabusog, muli itong bumalik sa kailaliman ng lupa at itinaas ang kabilang kamay. Pagkatapos makatulog ng nilalang, muling naging bato ang kamay nito. Muli rin itong naging hagdan sa paningin ng pangkaraniwang tao.

Ang Hagdan ng Pag-asa ay muling naghihintay ng tao na makakarating sa pinakatuktok nito.

Wakas

Our Father Who Died in Heaven

Mayroong sakit ang aking ama na ama ng kapatid ko at ama ng kapatid ng kapatid ko. Nalito ba kayo? Sa madaling salita, mayroong sakit ang aming ama.

Tatlo kaming magkakapatid na naiwan sa kanya. Maaga kasi kaming naulila sa ina dahil namatay ito sa sakit na breast cancer. Bukod doon, nabaon din kami sa utang na iniwan ng aming ina dahil sa nalugi nitong negosyo.

Hindi iyon labis na matanggap ng aming ama na si Tatay Fred. Labis siyang na-depress sa pagkawala ni ina kaya magmula noon, parang nagbago na rin siya.

Hindi ko alam kung ano ang tawag sa sakit niya, pero habang tumatagal kasi ay lalo itong lumalala. Noong una, sinasabi niya na nakakausap daw niya ang aming ina kahit patay na ito.

Ngayon naman, sinasabi niya na ang Panginoong Diyos na raw mismo ang nakakausap niya. Labis daw naaawa sa kanya si Hesukristo kaya bumaba raw ito mula sa langit para damayan siya.

Kapag daw wala kami sa bahay o kapag tulog na kami, doon daw ito nagpapakita at pumupunta sa kanya. Nakikipagkuwentuhan daw ito at tuwing sila ang magkausap, lagi raw gumagaan nang sobra-sobra ang pakiramdam niya.

Ito raw ang tumulong sa kanya para makalimot sa nangyari sa aming ina. Ito rin ang tumulong sa kanya para maging positibo lagi sa buhay kahit maraming problemang pinagdadaanan. Hindi ko alam kung masama ba itong nangyayari kay Tatay Fred, pero magmula kasi nang mangyari iyon, parang mas naging relihiyoso pa siya.

Linggo-linggo na siyang nagsisimba at sinasama pa kami. Napakataimtin din niya kung magdasal. Halos lahat ng mga bersyon ng bible ay binasa niya. Lagi rin niya kaming tinuturuan na maging tapat at manalig sa kaisa-isang Panginoon.

Sa nakikita ko sa kanya, parang wala namang ginagawang masama si ama. Katunayan nga, kapag nakikipag-usap siya sa ibang tao ay madalas din siyang magbahagi ng mga salita ng Diyos. At kapag nagpapayo siya sa mga taong may problema, laging mga salita rin ng Diyos ang ginagamit niya.

Pero ang hindi ko lang maintindihan ay iyong sinasabi niya na nagpapakita raw sa kanya mismo ang Diyos at nagkakausap sila nang personal. Iyon ang pinangangambahan ko. Iyon din ang dahilan kaya nasabi kong may sakit si tatay pero hindi ko lang alam kung ano.

Nag-research naman ako sa internet pero hindi ko rin sigurado kung alin doon ang totoo. Wala naman din kaming sapat na pera upang madala siya sa psychiatrist. Dahil doon, hinayaan na lang namin noon si ama sa ganoong kalagayan. Ngunit ngayon, hindi namin inaasahang mas lalala pa ito.

Bigla kasi siyang nagsabi na medyo pagod na raw ang Diyos sa pagbaba dito sa lupa para samahan siya. Ito naman daw ngayon ang nag-iimbita sa kanya para umakyat sa langit at doon sila makapag-usap.

Alam n'yo ba kung ano ang nangyari? Gusto na ngayon magpakamatay ni Tatay Fred para lang makapunta sa langit. Ilang beses namin siyang nahuli sa akto na nagbibigti o naglalaslas. Pinipigilan lang namin lagi siya.

Sinabi ko pa nga na hindi rin siya makakapunta sa langit kung magpapakamatay siya dahil isa rin iyong kasalanan sa Diyos. Sinabi ko rin na hangga't hindi pa niya oras, hindi rin siya kukunin ng Diyos kaya walang dahilan para kitilin niya ang sariling buhay.

Pero ayaw niyang makinig. Ang sarili niyang paniniwala ang pinipilit niya sa amin. Sinabi pa niya na hiyang-hiya na raw siya sa Diyos dahil ito na lang lagi ang pumupunta para bumisita sa kanya. Kaya naman ngayon gusto niyang siya naman ang bumisita rito.

Hindi ko na talaga maintindihan ang nangyayari kay tatay. Nag-usap-usap na nga kami ng mga kapatid ko kung kailan namin siya dadalhin sa doktor o psychiatrist. Kahit wala kaming pera pipilitin naming madala na siya roon. Sa tingin ko kasi ay kailangan na talaga niya ng medical help.

Hanggang isang araw, nagulat na lang kami sa aming paggising. Narinig naming kinakatok na kami ng mga kapitbahay. At nang harapin namin sila, itinuro nila sa amin si Tatay Fred na umaakyat na ngayon sa poste!

Sabi ng mga kapitbahay, gustong-gusto na raw talagang bumisita ni tatay sa langit para madalaw niya roon ang kaibigan niyang si Hesus. At lahat daw ng paraan ay gagawin niya para makaakyat lang doon.

Sinubukan naming pigilan si ama pero huli na. Dahil bago pa kami makalapit sa posteng iyon, nakita namin kung paano kumislap ang isang wire nang mahawakan niya ito. Kasunod niyon ang sunod-sunod pagsabog ng kuryente sa taas. Napasigaw kaming lahat nang maiwang nakadikit sa mga wire ang katawan ni tatay habang patuloy itong nakukuryente.

Labis-labis ang aming panlulumo nang maibaba na ang kanyang katawan. Wala na siyang buhay. Awang-awa kami sa sinapit ng bangkay niya. Halos hindi namin siya matitigan dahil sobra kaming nasasaktan. Hindi kami makapaniwala na dahil lang sa labis na kagustuhang makaakyat sa langit, heto pa ang ikinamatay niya.

At iyan ang istorya ng aming ama na namatay dahil sa langit. That is the story of our father who died in heaven.

Wakas

The Loop

Inilapag ng waiter ang mainit-init na lamang-loob sa lamesa ng matandang kostumer. Pagbuka ng bibig nito ay lumaki iyon nang lumaki at hinigop ang lamang-loob na parang vacuum cleaner.

Maraming tao sa restaurant na iyon. Maya't maya may mga pumapasok. Abalang-abala rin ang mga tauhan sa pag-serve ng mga pagkain.

Kanina pa nakaupo doon ang magkasintahang sina Jake at Rina. Nakailang tawag na sila sa mga waiter pero wala pa ring lumalapit sa kanila para mag-abot ng menu.

"Puwede ba'ng lumipat na lang tayo sa iba, babe? 'Yung puwedeng pumila sa menu? Hindi 'yung ganito. Nakakainip na, eh!" reklamo ng babae sa nobyo.

"Wala na rin naman tayong malilipatan, baby. The world is too small for us."

Sumimangot ang babae. "Ikaw naman, eh. Alam kong matagal mo nang pangarap makakain dito, pero tingnan mo naman sobrang daming tao. Tapos wala pang staff na pumapansin sa atin. Gutom na gutom na 'ko, babe!"

"Life is too short para magutom. Kung gusto mo kainin mo na lang ang sarili mo," diretso ang titig na sagot ni Jake.

"What if I want to live longer? Siyempre I need to eat 'di ba? Can we just order now? Ikaw na ang lumapit sa mga waiter na 'yan!"

"Logic doesn't exist here. We must find a way to stop it. Or else, paulit-ulit, paulit-ulit, at paulit-ulit lang ang lahat… Walang katapusan!"

Napangiti na lang si Rina sa mga kawirduhan ng nobyo. Ito rin ang isa sa mga dahilan kung bakit mahal na mahal niya ito. Napaka-weirdo kasi ng lalaki. Tuwing kakausapin niya ito, palaging malayo sa topic ang isinasagot nito.

Hindi nga lang niya ito mahiwalayan talaga dahil sobrang guwapo nito. Six-footer, malaki ang katawan, mestizo, maganda ang hugis ng jawline, manipis ang kilay at higit sa lahat, walang kapantay ang kaguwapuhan.

Napaka-perfect talaga ni Jake. Hindi nga niya alam kung saan ito nagmula. At kung paano sila nagkakilala. Basta nabuhay na lang siya sa mundo na ito ang kasama niya at itinuturin niyang kasintahan.

"Babe, can I ask you something?" pasimpleng tanong ni Rina.

"Masyado nang magulo ang mundo. Huwag mo nang guluhin pa lalo."

"Wala naman akong ginugulo, eh. Gusto ko lang sanang malaman kung mahal mo ba ako?"

"Hanggang ngayon, hindi ko alam kung ano ba talaga sa dalawa ang mas makapangyarihan. Ang utak ba o ang puso."

"Babe, pareho lang silang makapangyarihan. Kailangan nila ang isa't isa para mag-function 'di ba?" pilit sinakyan ni Rina ang kawirduhan ng lalaki.

"Nandito na naman sila. P-puwede ko ba silang kausapin sandali?"

"Sino naman?"

"Hindi ko sila nakikita. Hindi rin nila ako nakikita. Pero naririnig nila ako. Ngayon mismo! Napapakinggan nila ang lahat ng nangyayari dito, pati ang pinag-uusapan natin."

Napakunot ng noo si Rina. "Sino ba ang mga iyan, babe? Multo?"

Pansamantalang bumaling sa ibang direksyon si Jake. Pagkuwa'y tumayo ito at nagtungo sa CR. Kinausap nito ang sarili sa salamin.

"Ngayon pa lang binabalaan na kita. Paulit-ulit lang ang lahat. Kung gusto mo itong mahinto, may isang bagay akong ipagagawa sa 'yo pagkatapos mo itong mabasa. Kumuha ka ng kutsilyo, laslasin mo ang pulso mo. Oras na balutin ka ng kadiliman, matatapos na ang lahat."

Ilang sandali pa, bigla na lang nabasag ang salamin sa harap niya. Napaatras siya sa gulat. May ilang segundo siyang nanigas sa kinatatayuan bago lumabas ng banyo.

Pag-upo muli niya sa harap ng table nila, hinawakan niya ang kamay ng babae. "Rina, nagugutom ka na ba?"

Namula sa tuwa ang babae. Sa wakas, nagbalik muli sa dati ang kanyang nobyo. Makakausap na muli niya ito nang matino. Minsan kasi ay biglang sinusumpong ng katinuan ang lalaki. Kaya naman tuwing tutuwid ang utak nito, sinasamantala niya ang lahat ng pagkakataon.

"Oo, babe! Gutom na gutom na ako, eh! Puwede ba'ng magtawag ka na ng waiter?"

"Sige, sige. Ako'ng bahala." Tumayo muli ang lalaki at hinarang ang waiter na papasalubong sa kanila. Subalit hindi siya nito pinansin.

Sinubukan niyang lumapit sa ibang mga staff ngunit kahit kaunting sulyap ay hindi magawa ng mga ito sa kanya.

Napagod na lang siya sa ginagawa ngunit wala talagang pumapansin sa kanila. Bumalik na lang siya sa puwesto.

"Sorry, babe. Ayaw talaga nila tayong bigyan ng menu."

"So, ano pa'ng ginagawa natin dito? Umalis na tayo!" nagsisimula nang uminit ang ulo ni Rina. Hindi na niya kinakaya ang ginagawa sa kanila ng mga tauhan doon.

"Kung kainin na lang kaya natin ang isa't isa?" mungkahi ni Jake.

Nagtaas ng kilay ang babae. "What do you mean?"

"Matagal na nating pangarap na matikman ang isa't isa 'di ba? Sabik na sabik na ako sa katawan mo, baby. I want to taste you like a peanut butter!"

"Dito talaga natin gagawin, babe? Hindi ba puwedeng doon naman sa ibang places na may privacy?"

"Why do we need a privacy anyway? Ni hindi nga tayo pinapansin ng mga tao rito. Hindi nila tayo nilalapitan at nililingon man lang. Please, pagbigyan mo na ako. Dito na lang."

Napakagat ng labi si Rina. Nakaramdam siya ng kakaibang excitement. "Sige na nga!"

Kinuha niya ang kamay ng lalaki at pinutol ang hintuturong daliri nito. Saka niya iyon isinubo at nginuya-nguya na parang chocolate.

Dinukot naman ni Jake ang kabilang mata ni Rina at isinubo na parang candy. Sarap na sarap ang lalaki. Literal na kinain nga nila ang isa't isa. Nagtikiman sila ng katawan, daliri, balat, dugo at lamang-loob. Binutas ni Rina ang sariling tiyan at dinukot doon ang bituka.

Saka niya isinubo iyon sa bibig ng lalaki. Nagtatawanan pa sila habang ginagawa iyon.

Sunod namang binutas ni Jake ang ulo at hinati sa dalawa ang utak nito. Ibinigay nito sa babae ang kalahati. Halos maglaway si Rina sa napakasarap na utak ng lalaki.

Marami nang lamang-loob ang nawala sa katawan nila pero buhay pa rin sila at humihinga. Nakakapag-usap pa nga. Nagkalat na rin sa lamesa ang sariwa nilang dugo na pareho nilang pinagsasaluhan at dinidilaan.

"Baby, natatandaan mo ba 'yung sinabi ni Nick Bostrom? Na ang tao ay maaaring nabubuhay lamang daw sa isang simulation? At ang lahat ng nandito sa mundo ay isa lamang simulated realities?"

"Saan mo naman nakalap 'yan, babe?" kunot-noong tanong ni Rina habang sinusubo na parang spaghetti ang bituka ng lalaki.

"Nabasa ko lang kasi kagabi habang nagri-research ako. Alam mo kasi malapit na ako sa hinahanap ko, eh. Nararamdaman kong mabibigyan ko na ng kasagutan ang lahat!" sagot naman ni Jake habang pinapapak na parang popcorn ang mga nalagas na ngipin ng babae.

"Para saan ba kasi 'yang ginagawa mo, babe? What's the purpose of that?"

"Naniniwala kasi ako na kapag nalaman ko ang pinakasukdulan ng lahat, ang pinakamalalim na kasagutan, maaari kong ma-trigger ang simulated realities sa paligid, at maaaring magising sa katotohanan ang universe. Pag nagkataon, lahat tayo rito ay maglalaho, magiging dark matter o kaya magiging particles na lang din sa outer space. Magbabalik sa dati ang lahat kung saan hindi pa nagaganap ang big bang."

"Grabe ka naman. Hindi ka ba masaya sa buhay mo ngayon, babe? At gusto mong ibalik sa dati ang universe? 'Yong wala pang mga tao or planets?"

"Hindi naman sa ganoon. Ang sa akin lang naman, kapag na-trigger natin ang simulated realities na nilikha ng mga explosion sa universe, maaari nating i-reset or i-restart ang pagsisimula ng buhay. Maaring magbago ang mga logic or law of physics na nakasanayan natin ngayon. Makakaranas tayo ng isang panibago at kakaibang uri ng pamumuhay."

Natawa na lang si Rina. Idinaan na lang niya sa tawa ang lahat dahil wala siyang naiintindihan. Masyado kasing malalim ang mga sinasabi ng lalaki. Hindi na siya maka-relate dito. Hindi na ito ma-reach ng IQ niya.

"Napa-praning ka lang dahil palagi kang nakakulong sa kuwarto at kaharap ang computer mo. Kaya nga kita niyayayang lumabas para malibang ka. Kaso pati dito naman dinadala mo pa rin 'yang kaanuhan mo. Can we just focus on ourselves, babe? Ubusin na natin ang isa't isa at hindi pa rin napapawi ang gutom ko!"

Huminto na si Jake. Muli silang nagpatuloy sa pagkain sa isa't isa. Sinimulan na rin nilang putulin ang kanilang mga kamay, paa, at ulo para ipakain sa isa't isa.

Isang waiter ang napadaan sa lamesa nila. Nagtaka ito dahil tambak ang mga lamang-loob at maliliit na piraso ng katawan doon. Dinampot niya ito at inilagay sa isang malinis na plato. Naglakad-lakad muli ang waiter hanggang sa makakita ito ng isang matandang lalaking tila kanina pa nag-aabang ng pagkain. Nilapitan niya ito.

Inilapag ng waiter ang mainit-init na lamang-loob sa lamesa ng matandang kostumer. Pagbuka ng bibig nito ay lumaki iyon nang lumaki at hinigop ang lamang-loob na parang vacuum cleaner.

"Ngayon pa lang binabalaan na kita. Paulit-ulit lang ang lahat. Kung gusto mo itong mahinto, may isang bagay akong ipagagawa sa 'yo pagkatapos mo

itong mabasa. Kumuha ka ng kutsilyo, laslasin mo ang pulso mo. Oras na balutin ka ng kadiliman, matatapos na ang lahat."

About the Author

Draven Black

Draven Black is one of the well-known writers in the Philippine Horror Community on Facebook and YouTube. He is known for his dark, experimental and surreal style of horror stories.

He intentionally goes with really disturbing imagery and is trying to provoke everyone's brain into thinking. He believes that art shouldn't be safe, and should be allowed to be unsafe or unsettling.

He has published two solo book and five short stories that were included in some compilation books.

In 2016, he was included on University of Horror Stories' first compilation book that was published under Koala Publishing.

In 2017, he was included on CBS Publishing's "Hiwaga" compilation book with his story, "Blue Candle" under his name Daryl John Spears.

In 2018, he was included on SkyFiction's ""Haunted Houses"" book compilation with his story, "Gagamba" under his name Daryl John Spears.

In 2020, he was included on Creepy Stories' "Valentines Horror" book compilation with his story, "Huwag Kang Maliligo" under his new name Draven Black.

In early 2021, he was included on Creepy Stories' "Neo-Paganism" book compilation with his story, "Suicide Queen" under his new name Draven Black.

In late 2021, he achieved his first solo book called "Mundo ng Bangungot" under Ukiyoto Publishing.

In 2022, he achieved his second solo book called "Never-Ending Nightmare" under Ukiyoto Publishing.

www.ingramcontent.com/pod-product-compliance
Lightning Source LLC
LaVergne TN
LVHW041844070526
838199LV00045BA/1435